ചിത്രലേഖ

തൃശൂർ ജില്ലയിലെ തളിയിൽ ജനിച്ചു.

അച്ഛൻ : സി.കെ. രാജരാജവർമ്മ, അമ്മ: കെ. രാധ

എ.എൻ.എം.എം.യു.പി. സ്കൂൾ തളി, ജി.എച്ച്.എസ്. ചാത്തന്നൂർ എ ന്നിവിടങ്ങളിൽ പ്രാഥമിക വിദ്യാഭ്യാസം. ശ്രീവ്യാസ എൻ.എസ്.എസ്. കോ ളേജ്, വടക്കാഞ്ചേരി; ചിന്മയമിഷൻ കോളേജ്, തൃശൂർ; കേരള യൂണിവേഴ് സിറ്റി ടീച്ചർ എജ്യുക്കേഷൻ സെന്റർ, കൊല്ലം; എന്നിവിടങ്ങളിൽ കോളേജ് ജീവിതം. ഇംഗ്ലീഷ് സാഹിത്യത്തിലും മനഃശാസ്ത്രത്തിലും ബിരുദാനന്തര ബിരുദവും, ബി.എഡും, സെറ്റും.

ശാന്തിവിള പബ്ലിക് സ്കൂൾ (തിരുവനന്തപുരം); ചിന്മയ വിദ്യാലയ (തൃ പ്പൂണിത്തുറ, തത്തമംഗലം), ധാത്രി ഗേൾസ് എച്ച്. എസ്സ്. (കൊല്ലങ്കോട്); കമല നെഹ്റു ഇൻസ്റ്റിറ്റ്യൂട്ട് ഓഫ് ചൈൽഡ് എജ്യുക്കേഷൻ (സുൽത്താൻ പൂർ, ഉത്തർപ്രദേശ്); ജി.വി.എച്ച്.എസ്സ്. എസ്സ് കൊപ്പം; എന്നിവിടങ്ങളിൽ അധ്യാപികയായും, സർവ്വശിക്ഷ അഭിയാൻ പഴയന്നൂർ ബ്ലോക്ക് പ്രോഗ്രാം ഓഫീസറായും സേവനം അനുഷ്ഠിച്ചു. ഇപ്പോൾ ജി.എച്ച്.എസ്സ്.എസ്സ് ചാത്ത നൂരിൽ ഹൈസ്കൂൾ വിഭാഗത്തിലെ ഇംഗ്ലീഷ് അധ്യാപികയാണ്.

ഭർത്താവ് : നന്ദകുമാർ. ആർ.

മകൻ : വിഷ്ണുനന്ദൻ

വിലാസം : ചേലൂർ കോവിലകം, തളി പോസ്റ്റ്, വരവൂർ വഴി,
    തൃശൂർ ജില്ല-680 585

ഫോൺ : 8075290958

E-mail : chithraabha@gmail.com

Malayalam Language
Thornna Mazhayude Thottam
(Memories)
by
Chithralekha

◆

Published in April 2024
by Kairali Books Private Limited
Thalikkavu Road, Kannur.
Ph : 0497-2761200
Email : kairalibooksknr@gmail.com

◆

Cover Design
Prasanth Mangad

◆

01/24-25/SI.No.1568/250/NS 18.6
ISBN 978-93-5973-590-0

തോർന്ന മഴയുടെ തോറ്റം

ചിത്രലേഖ

കൈരളി ബുക്സ്

ഉള്ളടക്കം

പെയ്ത്ത്

ചില 'കുത്തിക്കുറിക്കലുകൾ' ഓർമ്മകളുടെ രേഖപ്പെടുത്തലാണ്. ജീവിത യാത്രയിൽ അടുത്തു വന്നവരും അകലെ ശ്രദ്ധപിടിച്ചു പറ്റാ തെ മാറിനിന്നവരും എനിക്ക് തന്ന ചില നിമിഷങ്ങളുടെ രേഖപ്പെടുത്തൽ...

എട്ടാം ക്ലാസ് മുതൽ കൃത്യമായി പറഞ്ഞാൽ മുത്തശ്ശിയുടെയും രണ്ട് മുത്തശ്ശൻമാരുടെയും വേർപാടുകൾ എന്നിലേൽപ്പിച്ച ആദ്യ മുറി വുകൾ മുതൽ നല്ല ചങ്ങാതിയായി കൂടെയുണ്ട് എഴുത്ത്. കൊറോണ ക്കാലം എനിക്ക് ബാല്യത്തിലെ ഓർമ്മകളിലേക്കുള്ള തിരിച്ചു പോക്കാ യിരുന്നു. ഒരു പാട് മുഖങ്ങൾ തെളിഞ്ഞു വരുമ്പോൾ ഓരോരുത്തരെ യായി രേഖപ്പെടുത്താൻ തുടങ്ങി. നിശിതമായി നെല്ലും പതിരും ഇരു ട്ടും വെളിച്ചവും ചൂണ്ടിക്കാണിക്കുന്ന ബാല്യകാല സുഹൃത്ത് പ്രകാശ ന്റെ വിമർശനങ്ങളും പ്രോത്സാഹനങ്ങളും, നല്ല വായനക്കാരനും അതു പോലെ ബാല്യകാല സുഹൃത്തുമായ ഉണ്ണികൃഷ്ണൻ സി യുടെ പ്രോ ത്സാഹനവുമാണ് ഈ ഓർമ്മക്കുറിപ്പുകൾ തുടർന്നെഴുതാൻ എനിക്ക് പ്രചോദനമായത്.

ഈ കുറിപ്പുകൾ എഴുതുന്ന നേരം വരെ എന്റെ ഏക വായനക്കാരി ചാത്തനൂർ സ്ക്കൂളിലെ എൻ. എ. ഗീത ടീച്ചറായിരുന്നു. അപ്രതീക്ഷി തമായി ഈ കുറിപ്പുകളിൽ ചിലത് പുതുതായി അക്കാലത്ത് സ്ക്കൂ ളിൽ വന്ന സുജിത ടീച്ചർ കാണാനും അവർ വളരെ ഭംഗിയായി അത് വായിച്ച് അവതരിപ്പിക്കുവാനും ഇടയായി. അത് എനിക്കൊരു പുതിയ ഊർജ്ജം തന്നു.

'എഴുതൂ... വായിക്കാൻ ഞങ്ങളുണ്ട്' എന്നു പ്രോത്സാഹിപ്പിച്ചവർ ഏറെ ഉണ്ട്. അവരിൽ ഒറ്റത്തുമ്പിയുടെ ഉത്സാഹികളായ സച്ചിയേട്ടൻ (സച്ചിദാനന്ദൻ വെള്ളടിക്കുന്ന്), ജിനേഷ് ആർത്ര, സഹോദരി ഭർത്താ വ് ഗിരിജൻ നമ്പിടി, പ്രിയ അനുജത്തി സിന്ധു ശ്രീകാന്ത്, സുഹൃത്ത് ആശ, എന്റെ പ്രിയ വിദ്യാർത്ഥികൾ, സ്വന്തം മകൻ വിഷ്ണു നന്ദൻ, നന്ദേട്ടൻ എന്നിവരെ എടുത്തു പറയാതെ വയ്യ.

മുഖപുസ്തകത്തിൽ പ്രോത്സാഹനം തന്ന ഒട്ടനവധി സുഹൃത്തുക്ക ളിൽ കൈരളി ബുക്സിന്റെ ചെയർമാൻ മുരളി മോഹനൻ ഒറ്റത്തുമ്പി വായിച്ച് കൃത്യമായ വിമർശനങ്ങളും പ്രോത്സാഹനവും തന്നതോടെ

പ്പം ഒരു നോവൽ എഴുതാൻ കൂടി നിർദ്ദേശം തന്നു. അതിനുള്ള ധൈര്യ വും ക്ഷമയും സമയവും ഇല്ലാത്തതിനാൽ എഴുതി വച്ച ഈ കുറിപ്പുക ളെ പറ്റി അദ്ദേഹത്തോട് പറഞ്ഞു. 'അയക്കൂ. ഞാൻ എഡിറ്റോറിയൽ ബോർഡിന് കൈമാറാം' എന്ന് അദ്ദേഹം പറഞ്ഞു. ഉടനെ ഒരു പുസ് തകം കൂടി വരാൻ ആഗ്രഹിച്ചിരുന്നില്ല എങ്കിലും കൈരളി ബുക്സ് പോ ലുള്ള പ്രസാധകരുടെ എഡിറ്റോറിയൽ അംഗീകരിച്ചപ്പോൾ ഏറെ സന്തോഷം തോന്നി.

ആരാധ്യനായ പ്രഭാവർമ്മയുടെ വാക്കുകൾ എന്റെ കുത്തിക്കുറിക്ക ലുകൾക്ക് കിട്ടുക എന്നത് സൗഭാഗ്യമായി ഞാൻ കരുതുന്നു. അതു പോലെ ആകാശവാണി മുൻ ഡയറക്ടർ ടി.ടി പ്രഭാകരൻ സർ ആമു ഖം എഴുതാമെന്ന് സച്ചിയേട്ടനോട് സമ്മതിച്ചത് ഏറെ വിലപ്പെട്ട കാര്യ മായി ഞാൻ കരുതുന്നു. രണ്ടു പേർക്കുമുള്ള ഹൃദയം നിറഞ്ഞ നന്ദി ഔദ്യോഗികമായി തന്നെ ഇവിടെ രേഖപ്പെടുത്തുന്നു.

ഇതിലെ കഥാപാത്രങ്ങൾ ഒന്നും സാങ്കൽപ്പികമല്ല. എന്റെ മനസിൽ ഓരോ വ്യക്തികളും വരച്ച ചിത്രങ്ങളെ വാക്കുകളിലേക്ക് പകർത്തിയ പ്പോൾ വ്യക്ത്യാധിഷ്ഠിതമായി ആരുടെയെങ്കിലും വികാരവിചാരങ്ങൾ ക്ക് മുറിവേറ്റുകൂടാ എന്ന് ചിന്തിച്ചിരുന്നു എന്നിരുന്നാലും അങ്ങനെ ഉണ്ടെ ന്നാൽ സദയം ക്ഷമ ചോദിക്കുന്നു.

'തോർന്ന മഴയുടെ തോറ്റം' എന്ന് നാമകരണം ചെയ്ത ഈ ഓർമ്മ ക്കുറിപ്പുകൾ വായനക്കാർക്കായി സമർപ്പിക്കുന്നു.

ചിത്രലേഖ

തോർന്ന മഴയുടെ തോറ്റം
പ്രഭാവർമ്മ

ദൈവം സൃഷ്ടിച്ചവയിൽ ഏറ്റവും മനോഹരമായുള്ളത് പൂക്കളാണെ ന്നും നിർഭാഗ്യവശാൽ അതിൽ ആത്മാവിനെ ഉൾച്ചേർക്കുവാൻ ദൈവം മറന്നുപോയതാണെന്നും ഒരു സങ്കൽപ്പമുണ്ട്.

എന്നാൽ, ആത്മാവുള്ള പുഷ്പങ്ങൾ ഉണ്ട്. അവ വനികകളിലല്ല, നമ്മുടെ മനസ്സുകളിലാണ്. അവയ്ക്കുള്ള പേര് ഓർമ്മ എന്നാണ്. അതി ന്റെ സുഗന്ധം അനുഭവിപ്പിക്കുന്ന ശ്രദ്ധേയമായ കൃതിയാണ് ചിത്രലേ ഖയുടെ 'തോർന്ന മഴയുടെ തോറ്റം'

ഈ കൃതിയിലെ ഓരോ അദ്ധ്യായവും പ്രകൃതിയിലേക്കു വിടരുന്ന പൂക്കളുടെ ആത്മാവ് എന്ത് എന്ന് അനുഭവിപ്പിക്കുന്നു. പൊയ്പ്പോയ ഏതോ നല്ല കാലത്തിന്റെ ഗൃഹാതുരത്വത്തെ ഈ കൃതി നമ്മുടെ മന സ്സിൽ ഉണർത്തിയെടുക്കുന്നു.

നെല്ലുപുഴുങ്ങുന്നതിന്റെ മണം, ചെമ്പകപ്പൂ വിരിയുന്നതിന്റെ മണം, മഞ്ഞുപൊഴിയുന്നതിന്റെ സൗന്ദര്യം, മൊട്ടുവിടരുന്നതിന്റെ കേൾക്കാനാ വാത്ത ശബ്ദം, തൊട്ടാവാടിയില കൂമ്പുന്നതിന്റെ ദൃശ്യം, ഉരുക്കുനെയ് ചേർത്തുരുട്ടിയ ഉരുളയുടെ രുചി, ഉപ്പേരി വറുക്കുന്നതിന്റെ സുഗന്ധം, അടുപ്പിൽ കനൽ പൊട്ടുന്നതിന്റെ നേർത്ത ശബ്ദം, കറന്നയുടൻ പത യോടു കൂടിയ പാലിന്റെ സ്വാദ്, തൊടിയിലെ പാലപ്പൂവിന്റെ മദിപ്പിക്കു ന്ന മണം, വരമ്പോരത്തെ കൈത്തോടിൽ വെയിൽ തട്ടി പിടഞ്ഞോടു ന്ന ചെറുമീനുകളുടെ തിളക്കം, ആദ്യ മഴയിലുയരുന്ന പൊടിമണം, എന്നി ങ്ങനെ പണ്ടെന്നോ അറിഞ്ഞതും മറന്നതുമായ എന്തിനെയൊക്കെയോ നമ്മുടെ മനസ്സിലേക്കു വീണ്ടെടുത്തുതരുന്നു, ചിത്രലേഖയുടെ 'തോർ ന്ന മഴയുടെ തോറ്റം'. അതുകൊണ്ടുതന്നെ ഈ കൃതിയിലുള്ളത് എന്റെ മനസ്സിന്റെ സ്പന്ദനങ്ങൾ തന്നെയായി എനിക്ക് അനുഭവപ്പെടുന്നു.

ബാല്യകൗമാരങ്ങളിൽ നഷ്ടമായതൊന്നും നമുക്കു തിരിച്ചുകിട്ടില്ല. എന്നാൽ, മയിൽപ്പീലിത്തുണ്ടെന്ന പോലെ; വളപ്പൊട്ടെന്നപോലെ അവ യിലെ ഏറ്റവും വിലപ്പെട്ടതെന്തൊക്കെയോ നമുക്കു വീണ്ടെടുത്തു തരു ന്നു ഈ കൃതി.

പണ്ടു കണ്ടവയൊന്നും നമുക്കിന്നു പഴയ ഇടങ്ങളിൽ ചെന്നാൽ കാണാൻ കഴിയില്ല. പഴയ പായൽകല്ലൊതുക്കുകൾ, കൈയിൽ പതി പ്പിക്കാവുന്ന ഭസ്മച്ചെടിയിലകൾ, പാതിരാപ്പൂ ചൂടൽ, ഗംഗയെ ഉണർ ത്തൽ, തുടിച്ചുകുളി, തുമ്പിതുള്ളൽ, തിരുവാതിരകളി.... അങ്ങനെ എന്തെ ല്ലാമോ? കണ്ണുകൾക്കു നഷ്ടമായ ഇവയിൽ പലതിനെയും മനസ്സിലേ ക്കു വീണ്ടെടുത്തു തരുന്നു ചിത്രലേഖ.

ഇങ്ങനെയൊരു ബാല്യമുണ്ടായിരുന്നു ഇവിടെ. അപ്പൂപ്പൻതാടിക്കു പിന്നാലെ ഓടിത്തളർന്നത്...., കൈതയോടും കൈനാറിയോടും കിന്നാ രം പറഞ്ഞ് വെള്ളത്തിൽ കല്ലെറിഞ്ഞു നടന്നത്, നാട്ടുവഴിയിൽ മഴനന ഞ്ഞു കുതിർന്നത്, ചെമ്പരത്തിയിൽ പടർന്ന മുല്ല മൊട്ടിടുന്നത് ആട്ടുക ട്ടിലിലാടിയാടി നോക്കിക്കണ്ടത്, കാളിയമ്മയുടെ കഥകൾക്കു കാതോർ ത്തിരുന്നത്, അങ്ങനെയങ്ങനെ..... ഈ വിവരണത്തിലൂടെ കടന്നു പോയ പ്പോൾ എനിക്കു തോന്നി, ഇവിടെ എവിടെയോ എനിക്ക് എന്നെ നഷ്ട പ്പെട്ടു പോയിട്ടുണ്ടല്ലോ. വായനയ്ക്കിടയിൽ എനിക്കു നഷ്ടമായ എന്നെ കണ്ടെത്താനാണു ഞാൻ ശ്രമിച്ചത്. കണ്ടെത്തിയോ എന്നു നിശ്ചയമി ല്ല. ഏതായാലും എനിക്ക് എന്നെ നഷ്ടമായിരിക്കുന്നു എന്ന് എന്നെ വാക്കു കൾ കൊണ്ട് ഓർമ്മിപ്പിച്ചു ചിത്രലേഖ. നഷ്ടസ്മൃതികളുടെ സുഗന്ധം അനുഭവിപ്പിച്ചുതന്നു ചിത്രലേഖ.

ഈ കൃതിയിൽ പ്രകൃതിയുണ്ട്, മനസ്സുണ്ട്, കാലമുണ്ട്, സ്മൃതിക ളുണ്ട്. നമുക്കു സങ്കൽപ്പംകൊണ്ടുപോലും എത്തിച്ചേരാനാവാത്തയിട ത്താണ് ചക്രവാളങ്ങൾ എന്ന അറിവിന്റെ ബൗദ്ധികതയിലേക്കൊക്കെ വരുംമുമ്പ് ദാ ആ കവുങ്ങിനപ്പുറമാണ് ചക്രവാളം എന്നു കരുതിയിരു ന്ന ആ അറിവില്ലായ്മയുടെ നിഷ്ക്കളങ്ക വിശുദ്ധിയുടെ കാലമുണ്ടായി രുന്നു. ആ കാലത്തേക്കുള്ള ഒരു തീർത്ഥയാത്രയാണ് ഈ കൃതിയുടെ വായന.

ബൈബിളിൽ പറയുന്നുണ്ട്, പ്രകൃതിയോടു സംസാരിക്കൂ; അതു നിങ്ങളെ പഠിപ്പിക്കും എന്ന്. മണ്ണിലേക്കു കാതു ചേർത്തുവെച്ചാൽ കേൾ ക്കുന്ന അനുമന്ദ്രസ്ഥായിയിലുള്ള സൂക്ഷ്മാനുരണനങ്ങളുണ്ട്. അതു കേൾപ്പിക്കുന്നു ചിത്രലേഖ ഈ കൃതിയിൽ.

ഒരു മൺതരിയിൽ ലോകത്തെയാകെ, ഒരു കാട്ടുപൂവിൽ സ്വർഗ്ഗത്തെ യാകെ, ഒരു കൈക്കുമ്പിളിൽ അനന്തതയെയാകെ, ഒരു മാത്രയിൽ അന ന്തകാലത്തെയാകെ കാണുന്ന സർഗ്ഗാത്മകതയുടെ നിസർഗ്ഗസുന്ദരമാ യ ചൈതന്യമുണ്ടല്ലോ, അത് തുളുമ്പി നിൽക്കുന്നു ചിത്രലേഖയുടെ ഈ കൃതിയിൽ. 'All nature is but art; unknown to thee' എന്ന് എഴുതിയ

ത് അലക്സാണ്ടർ പോപ്പാണ്. പ്രകൃതിയാകെ ഒരു കലയാണ്, നിങ്ങൾ
ക്കറിയാത്ത കല! ആജ്ഞേയയവും അപരിമേയവുമായ പ്രകൃതിയുടെ
കലയെ അനുഭവവേദ്യമാക്കുന്നു സുതാര്യവും സുലളിതവും സ്വാഭാവി
ക സുന്ദരവുമായ ഭാഷയുടെ തെളിമയിൽ ചിത്രലേഖ. ലോകപ്രകൃതി
യെ മാത്രമല്ല, മനുഷ്യ പ്രകൃതിയെയും.

കേവലം ഒരു ബ്ലർബ് എഴുതാനിരുന്ന എന്നെക്കൊണ്ട് ഒരു അവതാ
രിക തന്നെ എഴുതിച്ചു ഈ കൃതി. ടി എസ് എലിയട്ടിന്റെ 'The Waste
Land' ലെ ഈ വരികൾ ഉദ്ധരിച്ചുകൊണ്ട് ഉപസംഹരിക്കട്ടെ:

'.....Breeding Lilacs out of the
dead land, mixing
memory and desire, stirring;
dull roots with spring rain.'

ഓർമ്മയെയും മോഹങ്ങളെയും നനയ്ക്കുന്ന ചിത്രലേഖയ്ക്കു നന്ദി.

ആസ്വാദനം
ഡോ. ടി.ടി. പ്രഭാകരൻ

അക്ഷരം, എഴുത്ത്, ലിപി തുടങ്ങിയവ ഭാഷയുടെ പരിവർത്തനത്തി ന്റെയും സംസ്കാരത്തിന്റെ വികാസദശയുടെയും അടയാളങ്ങളാണ്. ഭാഷ ഉച്ചാരണത്തിലൂടെ, അതായത് സംഭാഷണത്തിലൂടെ, വിവരവിനി മയത്തിനും വികാരവിനിമയത്തിനും സൃഷ്ടിക്കപ്പെട്ടതാണെങ്കിലും എഴു ത്തും ലിപിയും അച്ചടിയും പ്രചാരത്തിലായതോടെ ഭാഷ എന്നത് മറ്റൊ ന്നായി മാറി. പറയുന്നതിനപ്പുറം എഴുതുന്നതും വായിക്കുന്നതുമായ ഒന്നാ യി ഭാഷ മാറുകയാണ്. ഉച്ചാരണത്തിലൂടെയുള്ള വിനിമയത്തേക്കാൾ പ്രാധാന്യം ലഭിച്ചത് എഴുത്തിനും അച്ചടിയ്ക്കുമാണ്. എഴുത്തും വായ നയുമറിയാത്തവർ, എത്രമേൽ ഭംഗിയായി ഭാഷ വാമൊഴിയായി ഉപ യോഗിക്കുന്നവരാണെങ്കിൽ പോലും, നിരക്ഷരരായി മാറി. അങ്ങനെ സമൂ ഹത്തിലെ അധഃസ്ഥിതരും ആദിവാസികളുമടക്കം വലിയൊരു ജനത ഈ ഗണത്തിലേക്ക് തള്ളിയൊതുക്കപ്പെട്ടു. എഴുത്തറിവ് എന്ന സാക്ഷ രത എപ്പോഴും മേൽക്കോയ്മയോടും സവർണ്ണതയോടും ചേർന്നു നിന്നു. അവർ അറിവിന്റെയും സംസ്കാരത്തിന്റെയും മേലാളന്മാരും ഉന്നതന്മാ രുമാവുകയും അത്തരമൊരു നിർമ്മിതി സമൂഹഘടനയുടെ ഭാഗമാവു കയും ചെയ്തു. ഇവിടെ നിരക്ഷരർ എന്ന് വിളിക്കപ്പെട്ടവർ യഥാർഥ ത്തിൽ ഭാഷയറിയാത്തവരോ അത് പ്രയോഗിക്കാനറിയാത്തവരോ ഒന്നു മല്ല. പക്ഷേ, അവർക്ക് എഴുത്തും ലിപിയും അച്ചടിയും അറിയില്ല എന്ന തിനാൽ അതിനു മേൽ കെട്ടിപ്പൊക്കിയ ദൃഢമായ ഒരു കോട്ടയിലേക്ക് അവർക്ക് പ്രവേശിക്കാൻ കഴിഞ്ഞില്ല എന്നേയുള്ളൂ. അങ്ങനെ ഭാഷയു ടെ വിവിധ പ്രയോഗ രീതികളെല്ലാം അറിഞ്ഞിട്ടും അവർ നിരക്ഷരരും അറിവില്ലാത്തവരും അധഃസ്ഥിതരുമായി എന്നതാണ് ചരിത്ര സത്യം. ഭാഷ യുടെ വളർച്ചയുടെ ഒരു പ്രത്യേക ഘട്ടത്തിൽ വരമൊഴിയ്ക്കുണ്ടായ, അല്ലെങ്കിൽ എഴുത്തിനും അച്ചടിയ്ക്കും ഉണ്ടായ, അമിത പ്രാധാന്യം സമൂഹത്തിൽ സൃഷ്ടിച്ച ഒരു പ്രത്യേക വേർതിരിവാണിത്. എന്നാൽ എഴു ത്തിനെ തുടർന്നുവന്ന അച്ചടി എന്ന വലിയ ഒരു ചുവടുവെപ്പിലൂടെ ലോ കത്ത് പരിവർത്തനത്തിന്റെയും പുരോഗതിയുടെയും ഒരു പുത്തൻ മുന്നേ റ്റം ഉണ്ടായി എന്നത് മറക്കാനാവില്ല. അതേസമയം ഭാഷയിൽ അത്

സൃഷ്ടിച്ചത് കേൾവിയിൽ നിന്ന് കാഴ്ചയിലേക്കുള്ള ഒരു വലിയ മാറ്റം കൂടിയാണ്. ഭാഷ കേൾക്കാനും പ്രതികരിക്കാനും എന്നതിനേക്കാൾ എഴുതാനും വായിക്കാനും സൂക്ഷിക്കാനും ഉള്ളതായി മാറുകയാണ് ചെയ്തത്. അങ്ങനെയാണ് പടു കൂറ്റൻ ലൈബ്രറികളും മറ്റും സൃഷ്ടിക്കപ്പെട്ടത്. പുസ്തകങ്ങളുടെ സൃഷ്ടിയും സഞ്ചിതമായ അറിവിന്റെ കൈമാറ്റവും എല്ലാം ലോകത്തിന്റെ മുഖഛായ മാറ്റുന്നതിൽ വലിയ പങ്കുവഹിച്ചു. എഴുത്ത്, ലിപി, പുസ്തകത്തിന്റെ അച്ചടി എന്നിവ അതുവരെ സമൂഹത്തിലുണ്ടായ മാറ്റങ്ങളേയും പിന്തള്ളുന്ന തരത്തിൽ വലിയ കുതിച്ചുചാട്ടങ്ങൾ ഉണ്ടാക്കി.

എന്നാൽ ഇന്ന് കംപ്യൂട്ടറും ഇന്റർനെറ്റും മൊബൈൽ എന്ന ഉപകരണവും വന്നതോടെ ലിപിയുടെയും അച്ചടിയുടെയും പ്രാധാന്യം ചെറിയ തോതിലെങ്കിലും കുറഞ്ഞുകൊണ്ടിരിക്കുന്നു എന്നതും ശ്രദ്ധേയമാണ്. മൊബൈലിന്റെ തുടക്കത്തിൽ അതിന്റെ പ്രചാരകാലത്തുണ്ടായ എസ് എം എസ് സന്ദേശങ്ങൾ ഭാഷയുടെ ചുരുക്കെഴുത്തിന് വലിയ സ്വീകാര്യതയുണ്ടാക്കിയിരുന്നു. പിന്നീട് വാട്സാപ്, ടെലഗ്രാം പോലുള്ള ആപ്പുകൾ പ്രചാരത്തിൽ വന്നതോടെ സന്ദേശങ്ങൾ പൂർണ തോതിൽ തന്നെ നൽകാമെന്നായി. ബ്ലോഗുകളും ഫേസ് ബുക്ക് പോലുള്ള സോഷ്യൽമീഡിയ ഇടങ്ങളും കുറെക്കൂടി വിശാലമായി എഴുതാനും മറ്റു ള്ളവരുമായി പങ്കുവെക്കാനും പറ്റുന്ന ഇടങ്ങളായി മാറി. ഇതല്ലാം നില നിന്നിരുന്ന സാമൂഹ്യ വ്യവസ്ഥയിൽ നിന്നും പരിതഃസ്ഥിതിയിൽ നിന്നും വലിയ മാറ്റങ്ങൾ കൊണ്ടുവന്നു. ഇലക്ട്രോണിക്സിന്റെ വളർച്ചയിൽ ഇനി കാഴ്ചയിൽ നിന്ന് ഭാഷ കൂടുതൽ കേൾവിയിലേക്ക് മാറിയേക്കാനും ഇടയുണ്ട്. പല സോഷ്യൽ മീഡിയ പ്ലാറ്റുഫോമുകളിലും പറയുന്നത് അതുപോലെ അച്ചടിച്ചു വരുന്നു; ഒപ്പം തന്നെ അത് മറ്റുള്ളവർക്ക് കേൾക്കാനും കഴിയുന്നു. അച്ചടിച്ച മാസികയിൽ ക്യൂആർ കോഡ് സ്കാൻ ചെയ്താൽ കഥയും കവിതയും മറ്റും കേൾക്കാനുള്ള സംവിധാനവും വന്നു കഴിഞ്ഞു. വരാൻ പോകുന്ന മാറ്റങ്ങളെപ്പറ്റി ഒന്നും മുൻ കൂട്ടി പറയാനാവാത്ത കാലഘട്ടമാണിത്.

ഫേസ്ബുക്ക്, വാട്സാപ്പ്, യൂട്യൂബ് എന്നിങ്ങനെയുള്ള പല പല സോഷ്യൽമീഡിയാ പ്ലാറ്റ്ഫോമുകളുടെ ഈ പുതുകാലത്ത് പഴയകാലത്തെക്കുറിച്ചുള്ള ഗൃഹാതുരമായ കുറിപ്പുകൾക്ക് വല്ല പ്രസക്തിയുമു ണ്ടോ എന്ന് ചിന്തിക്കാവുന്നതാണ്. ചിത്രലേഖയുടെ 'തോർന്ന മഴയുടെ തോറ്റം' എന്ന ഭൂതകാല സ്മൃതികളുടെ സമാഹാരത്തിനു മുന്നിലിരിക്കുമ്പോൾ എന്റെ ചിന്തയെ മഥിച്ചത് സോഷ്യൽമീഡിയയുടെ മുന്നേ

റ്റവും അതിന്റെ അത്ഭുതകരമായ പ്രയോജനങ്ങളുമായിരുന്നു. വിവര വിനിമയം എന്നത് ഇത്രമേൽ ലളിതവും ലഘുവുമായ ഒരു കാലം നേര ത്തെ ഉണ്ടായിട്ടില്ല. സ്വദേശത്തോ, വിദേശത്തോ ഉള്ള ബന്ധുക്കളും സു ഹൃത്തുക്കളുമെല്ലാമായി അനായാസം വിവരവിനിമയം മാത്രമല്ല നേരിൽ ക്കണ്ടു സംസാരിക്കുന്നതിനും ഇത് സൗകര്യമൊരുക്കുന്നു. ഇതിന്റെ മെച്ചം തിരിച്ചറിയണമെങ്കിൽ, പണ്ടുകാലത്ത് ഒരു കാര്യം അറിയിക്കാൻ ഒരു കത്തയച്ച് രണ്ടാഴ്ചയോ ഒരു മാസമോ ഒക്കെ കാത്തിരുന്ന കാല മോ, ട്രങ്ക് ബുക്ക് ചെയ്ത് സ്വന്തം ഊഴത്തിനായി കാത്തിരുന്ന കാലമോ ഒക്കെ ഓർത്തെടുത്താൽ മാത്രം മതി. ഒരേസമയം ഒരു ഗ്രൂപ്പുമായി സല്ല പിക്കാനും മീറ്റിങ് നടത്താനും എല്ലാം ഇന്ന് സോഷ്യൽ മീഡിയ വഴി സാധിക്കുന്നു. ഇങ്ങനെ കാലത്തിന്റെ അവിരാമമായ പ്രയാണം മുന്നോ ട്ടു നീങ്ങുമ്പോൾ, പഴയ കാലത്തിന്റെ ഗൃഹാതുരസ്മരണയിൽ മുഴുകി യിരിക്കുന്നത് എത്രമേൽ ഉചിതമാണ് എന്നും ചിന്തിക്കാവുന്നതാണ്.

എന്നാൽ ഇതെല്ലാം പറയുമ്പോഴും ചിത്രലേഖയുടെ ഈ കൃതിയ്ക്ക് ആധാരമായ കുറിപ്പുകളെല്ലാം ഫേസ്ബുക്കിലൂടെയാണ് ആദ്യം അവ തരിപ്പിക്കപ്പെട്ടത് എന്ന കാര്യം നാമൊരിക്കലും മറന്നു കൂടാ.

ലോകം ഇനി ആകാംക്ഷാപൂർവം ഉറ്റുനോക്കുന്നത് ആർട്ടിഫിഷ്യൽ ഇന്റലിജൻസ് അഥവാ എഐ (AI) എന്ന സാങ്കേതിക രംഗത്ത് ഉണ്ടാ കാൻ പോകുന്ന വമ്പിച്ച പരിവർത്തനങ്ങളെയാണ്. അത് മനുഷ്യജീവി തത്തിൽ ആഴത്തിലുള്ള മാറ്റങ്ങൾ കൊണ്ടുവരും എന്നാണ് പ്രതീക്ഷി ക്കപ്പെടുന്നത്; അതെന്തൊക്കെയായിരിക്കും എന്നത് മനുഷ്യ കുലത്തി ന്റെ ഊഹത്തിനും അപ്പുറമായിരിക്കുകയും ചെയ്യും എന്ന് തീർച്ച. അപ്പോൾ സ്വാഭാവികമായും കമ്യൂണിക്കേഷൻ രംഗത്തും വലിയ മാറ്റ ങ്ങൾ വരുമെന്ന് ഉറപ്പിച്ചു തന്നെ പറയാം.

ഇവിടെ ഒരു കാര്യം പ്രത്യേകം സൂചിപ്പിക്കേണ്ടിയിരിക്കുന്നു. അത് വളരെ പ്രധാനമാണു താനും. കാലം മുന്നോട്ടു പോകുകയും വിവരവി നിമയം അനായാസമാവുകയും നമ്മൾ എ ഐ യുഗത്തിലെത്തുകയും എല്ലാം ചെയ്തെങ്കിലും പഴയകാലത്തേയ്ക്ക് യാത്ര ചെയ്യാൻ, അതി നെ വീണ്ടെടുക്കാൻ നമുക്കു സാധിക്കുന്നില്ലല്ലോ എന്നത് പ്രത്യേകം പരിഗണിക്കേണ്ട കാര്യമാണ്. എക്കാലത്തേയും മനുഷ്യന്റെ പ്രധാന പ്പെട്ട ആന്തരികമോഹങ്ങളിലൊന്നാണ് ഗതകാലത്തേയ്ക്കുള്ള ഒരു മട ക്കയാത്ര എന്നത്. എന്നാൽ ഈ ഇലക്ട്രോണിക് യുഗത്തിലും പിറ കോട്ടുള്ള അത്തരം ഒരു സഞ്ചാരം അസാധ്യമായിത്തന്നെ അവശേഷി ക്കുന്നു എന്നതാണ് യഥാർത്ഥ്യം.

ആ സന്ദർഭത്തിലാണ് സർഗാത്മക രചനകൾ മനുഷ്യന്റെ സഹായ തിനെത്തുന്നത്. മനുഷ്യഭാവന എന്ന അത്ഭുതാവഹമായ വാഹനത്തി ലേറി അതിവിദൂര ഭൂതകാലത്തിലേക്കും ഭാവികാലത്തിലേക്കും എല്ലാം സഞ്ചരിക്കാമെന്നതാണ് വലിയ ഒരു അനുഗ്രഹം. അത് ഉപയോഗപ്പെടു ത്തിക്കൊണ്ടാണ് മനുഷ്യന്റെ മുന്നോട്ടുള്ള പ്രയാണം. അതിൽഏറ്റവും പ്രധാനപ്പെട്ട വൈകാരിക പ്രചോദന കേന്ദ്രങ്ങളിലൊന്നാണ് ഓർമ്മകൾ. ഓർമ്മകളില്ലെങ്കിൽ ചിന്തിക്കുന്ന ജീവിയായ മനുഷ്യനിൽ എന്താണ് അവ ശേഷിക്കുക?

മനുഷ്യന്റെ സർഗാത്മകതയുടെ അടിസ്ഥാനം തന്നെ ഓർമ്മകൾ എന്ന കലവറയാണെന്ന് പറയേണ്ടിയിരിക്കുന്നു. സാഹിത്യമായാലും മറ്റേ തൊരു സർഗാത്മക കലയായാലും അതിന്റെ സ്രോതസ്സ് മിക്കവാറും ഓർമ്മകളായിരിക്കുമെന്ന് സംശയലേശമെന്യേ പറയാം.മനുഷ്യരാശിയു ടെ പൊതുവായ ഓർമ്മയും ഓരോ വ്യക്തിയുടെയും വിഭിന്നങ്ങളായ ഓർമ്മകളുടെ ശേഖരവുമെല്ലാം ഇവിടെ പ്രസക്തമാണ്; പ്രത്യേകിച്ച് സർഗാത്മക കലയിൽ ഇതെല്ലാം വളരെയേറെ പ്രാധാന്യം നേടുന്നു. ഓരോരുത്തരുടെയും വ്യത്യസ്തമായ ഓർമ്മക്കലവറകൾ, ഓരോരുത്ത രുടെയും ജീവിതപരിസരങ്ങൾ, ജാതി മത ലിംഗപ്രദേശാടിസ്ഥാനത്തി ലുള്ള അഭിരുചികളും ചിന്തകളുമെല്ലാം ഈ ഓർമ്മകളുമായി കലർന്ന് പുതിയ സർഗാത്മക സൃഷ്ടിയിൽ മുഖ്യ പങ്കു വഹിക്കുന്നു.

ഇവിടെ ചിത്രലേഖയുടെ ഓർമ്മകൾ ഖനനം ചെയ്തെടുത്ത ഈ പുസ്തകത്തിൽ തന്റെ ഗ്രാമീണമായ ജീവിത ചുറ്റുപാടുകളും അമ്പല പരിസരവും സ്കൂളും കുട്ടികളും നാട്ടിടവഴികളും തോടും പാടവുമെ ല്ലാം ദൃശ്യഭംഗിയോടെ കടന്നുവരുന്നു. ആറടിപ്പൊക്കത്തിൽ വീടിന്റെ പരിസരത്തെ ഇടവഴികളിലൂടെ നീണ്ടു നിവർന്നു കടന്നുപോയ നാരാ യണൻ നായരെ വായനക്കാർക്കു കൺമുന്നിൽ കാണാം. കൂടോത്രം ചെയ്തു കൊല്ലപ്പെട്ടു എന്നു പറയപ്പെടുന്ന അയാളുടെ ദുര്യോഗത്തിൽ എഴുത്തുകാരിയോടൊപ്പം നമുക്കും സഹതപിക്കാം. എപ്പോഴും വൈദ്യ രേ എന്ന വിളിയോടെ ഗംഭീരശബ്ദവുമായി കടന്നുവരുന്ന ഗോവിന്ദന്റെ കുമ്പാരം കൂട്ടിയുള്ള ഊണിന്റെ സവിശേഷതയെക്കുറിച്ച് വായിച്ചറിയാം. മുളകുപൊടി വാരിപുശിയതോടെ വൈദ്യരേ എന്ന വിളി അവസാനിപ്പി ച്ച ഗോവിന്ദൻ, അങ്ങനെ നാട്ടിലെ ചില സവിശേഷ വ്യക്തിത്വങ്ങളെ അധികം നിറക്കൂട്ടുകളില്ലാതെ മനസ്സിൽനിന്നു മായാത്തവണ്ണം കോറി യിട്ടിരിക്കുകയാണ് ചിത്രലേഖ. പലപ്പോഴും നമുക്കെല്ലാം പരിചയമുള്ള, നമ്മുടെ ചുറ്റുപാടുമുണ്ടായിരുന്ന പല മനുഷ്യരുടെയും ഛായ തോന്നു

ന്നവരാണ് അവരിൽ പലരും. എല്ലായിടത്തും കാണുമല്ലോ ഇതു പോലു ള്ള പ്രത്യേക കഥാപാത്രങ്ങൾ.

ഇന്നത്തെ പുതിയ തലമുറയ്ക്ക് തീരെ പരിചയമില്ലാത്തതായിരിക്കും കൊയ്ത്തും മെതിയും വൈക്കോലു വെയിലത്തിടലും അതു തല്ലലും നെല്ലു കാറ്റത്തിടലുമെല്ലാം. സ്വന്തം വീട്ടുമുറ്റത്തെ കൊയ്ത്തും മെതി യുടെയും ഓർമ്മകൾ അത്തരം അനുഭവത്തിലൂടെ കടന്നുപോയവരെ തീർച്ചയായും പുളകമണിയിക്കും. 'നായാട്യ രോ' എന്ന വിളിയോടെ നാട്ടുമ്പുറങ്ങളിൽ അലഞ്ഞിരുന്ന നായാടി എന്ന പ്രത്യേക വിഭാഗത്തി നെപ്പറ്റിയും ചിത്രലേഖ ഈ പുസ്തകത്തിലെ ഒരു കുറിപ്പിൽ പരാമർ ശിക്കുന്നുണ്ട്. കഴിഞ്ഞുപോയ ഒരു കാലത്തിന്റെ അടിക്കല്ലുകളിലേക്ക് വായനക്കാരന്റെ ഓർമ്മയെ പിടിച്ചുകെട്ടിക്കൊണ്ടുപോകാൻ ഈ കുറി പ്പുകൾക്ക് സാധിക്കുന്നുണ്ട്. ആ വിളി ഇന്ന് ഇല്ലാതായിരിക്കുന്നു. തീണ്ട ലുംതൊടീലും ജാതിവിവേചനവുമെല്ലാം ശക്തമായി നിലനിന്നിരുന്ന, പട്ടി ണിയും പരിവട്ടവുമായി ജനങ്ങൾ വട്ടം ചുറ്റിയിരുന്ന ഒരു കാലത്തിൽ നിന്നാണ് അത്തരം മനുഷ്യക്കോലങ്ങൾ പൊങ്ങിവന്നിരുന്നത് എന്നതാ ണ് സത്യം. അവിടെ മനുഷ്യർക്കിടയിൽ അതിരൂക്ഷമായ വിവേചനങ്ങൾ നിലനിന്നിരുന്നു. നായാടിസമുദായത്തെ കേന്ദ്രമാക്കി തമിഴ്മലയാളം എഴുത്തുകാരൻ ജയമോഹൻ എഴുതിയ നൂറുസിംഹാസനങ്ങൾ എന്ന ലഘു നോവൽ ഓർമ്മ വരുന്നു.

വ്യാസയിലെ ഇംഗ്ലീഷ് അധ്യാപകനായ പിള്ള സാർ, വടക്കാഞ്ചേരി ബസ് സ്റ്റാൻഡിൽ, 'കണ്ണുകളാം ദൈവം നൽകിയ കനകവിളക്കുകളു ള്ളവരേ' എന്ന പാട്ടുപാടി യാത്രക്കാർക്കു മുന്നിൽ കൈ നീട്ടിയിരുന്ന അന്ധനായ അബു തുടങ്ങിയവരെക്കുറിച്ചുള്ള ഭാഗങ്ങൾ കണ്ണുകളെ ഈ റനണിയിക്കും.

പൊതുവെ ഈ കുറിപ്പുകളിൽ വള്ളുവനാടൻ എന്നു വിളിക്കാവുന്ന ഭാഷയാണ് ഉപയോഗിച്ചിരിക്കുന്നത്:

'ഒറ്റയ്ക്ക് പോയാൽ തോട്ടിൽ നീരാളി മുത്തീം എടവഴീൽ ഒടിയൻ പോത്തുകളും ണ്ടാവും ട്ടോ കുട്ടിയേ......'

മുത്തശ്ശീം ഭാർഗവിയമ്മയും ഒരു പോലെ പറയുന്ന കാര്യമായതി നാൽ വഴി നടക്കാൻ ഒറ്റയ്ക്ക് ധൈര്യമില്ല. സ്കൂളിൽ പോകാനാണെ ങ്കിൽ ലത ചേച്ചീം ഉഷ ചേച്ചീം വരണം.

ഉഷ ചേച്ചിയോട് ഒരിക്കെ ചോദിച്ചു 'ശരിയാണോ ദൊക്കെ?' ഉത്തര മില്ലാത്ത ചിരി. അമ്മയോട് ചോദിച്ചപ്പൊ, 'നിക്ക് അറീല കുട്ടിയേ...... മുത്തശ്ശി പറയണതും ഭാർഗ്ഗവിയമ്മ പറേണതും ശരിയാവും' ന്നൊരു

ഒഴിഞ്ഞുമാറല്‍.

ഈ വിവരണം പ്രത്യക്ഷമായും വള്ളുവനാടന്‍ സംഭാഷണ ഭാഷ യെ പിന്തുടരുന്നുണ്ട്. അതുപോലെ വള്ളുവനാടന്‍ സാമൂഹിക വ്യവ സ്ഥപ്രകാരമുള്ള ചില പ്രാദേശിക സ്ഥാനപ്പേരുകളും ഇതില്‍ കാണാന്‍ സാധിച്ചു അമ്പ്രാള്‍, ഇമ്പട്ടിയാര്‍ തുടങ്ങിയവ. അവയെല്ലാം വള്ളുവ നാടന്‍ ഭാഷാ പ്രയോഗത്തില്‍ കടന്നുവ(ന്നി)രുന്നവ തന്നെ. സംശയ മില്ല.

എന്നാല്‍ ചിലപ്പോഴെങ്കിലും തെക്കന്‍ഭാഷയുടെ ചില പൊട്ടും പൊടി യും അതോടൊപ്പം തല കാണിക്കുന്നുമുണ്ട്:

'അതോണ്ടെനിക്ക് വയസ്സാവാന്‍ കൊതിയാരുന്നു.' എന്നും 'ല്ലാര്‍ക്കും മുത്തശ്ശനെ അല്‍പം പേടിയൊക്കെ ഉണ്ടാരുന്നു' എന്നും ഉള്ള കൊതി യാരുന്നു, ഉണ്ടാരുന്നു എന്നീ പ്രയോഗങ്ങള്‍ നിശ്ചയമായും തെക്കന്‍ ഭാഷയില്‍ നിന്നു വന്നതാണെന്ന് പറയാം.

സോഷ്യല്‍ മീഡിയയുടെയും എ ഐ യുടെയും അതിപ്രസരമുള്ള ഈ കാലത്തും മനുഷ്യഭാവനയുടെ സര്‍ഗാത്മകതയ്ക്ക് കോട്ടം തട്ടി യിട്ടില്ല എന്നതില്‍ മനുഷ്യ സമൂഹത്തിന് ആഹ്ലാദിക്കാം. അതുകൊണ്ടാ ണല്ലോ സാഹിത്യസൃഷ്ടികള്‍ മനുഷ്യരെ ഇന്നും ആഴത്തില്‍ സ്വാധീനി ച്ചു കൊണ്ടിരിക്കുന്നത്. ചിത്രലേഖയുടെ ഗൃഹാതുരമായ ഈ ഭൂതകാ ലകുറിപ്പുകള്‍ അതിനാല്‍ത്തന്നെ വായനക്കാര്‍ക്ക് ഇഷ്ടമാവാനിടയുണ്ട്. സമൂഹത്തിലെ വ്യത്യസ്ത ജാതിമത വര്‍ഗ വര്‍ണങ്ങളില്‍ പെട്ട കുട്ടി കളെയെല്ലാം ഹൃദയത്തോടു ചേര്‍ത്തുപിടിക്കാനും ഒരുപോലെ കൈ കാര്യം ചെയ്യാനും മനസ്സുള്ള ഒരു ടീച്ചറാണ് ചിത്രലേഖ എന്നതില്‍ തീര്‍ ച്ചയായും കേരളീയ സമൂഹത്തിന് അഭിമാനിക്കാം.

വൈദ്യം

കോലോത്തെ പടിക്കലെ ഉണങ്ങിയ തേക്കുമരം നോക്കിയിരിക്കെ വീണ്ടും ഓർമ്മകൾ ഒന്നു വീശി.ഉണങ്ങിയ തേക്കു ചില്ലകളിൽ അങ്ങി ങ്ങായി ഉണങ്ങാത്ത ഇത്തിക്കണ്ണികൾ തൂങ്ങി നിൽക്കുന്നു. ഏറ്റവും ഉയ രത്തിലുള്ള കൊമ്പിൽ രണ്ട് ചെമ്പരുന്തുകളും.

ഓർമ്മക്കാറ്റിൽ വർഷം പത്തു നാൽപ്പത് വീണ്ടും പിന്നോട്ടു പറന്നു .അപ്പൂപ്പൻതാടി പിടിക്കാൻ ഓടുന്ന ദിവൂട്ടനും അവന്റെ ഓപ്പോളും ഇട ക്കിടെ ചില ഒച്ചകളുണ്ടാക്കുന്നതൊഴിച്ചാൽ സായാഹനം ശാന്തം.

പടിക്കലെ പറമ്പിലെ തേക്കുമരത്തിനു മുന്നിൽ രണ്ട് കൂറ്റൻ പുലിമ രങ്ങളാർന്നു. അവയ്ക്ക് ഏറെ പഴക്കമുണ്ടായിരുന്നു എന്റെ കുട്ടിക്കാല ത്തു തന്നെ. അഞ്ചെട്ടു വർഷം മുമ്പ് രണ്ടാളും ഒന്നിച്ച് ഒരു മഴക്കാലത്ത് കാറ്റിൽ ആടിയുലഞ്ഞ് കെട്ടിപ്പിടിച്ചു തന്നെ മറിഞ്ഞു വീണു.

അതിനു ശേഷമാകാം ഈ തേക്ക് ഇത്രയും വളർന്നത്. ഇന്ന് തേക്കു ചില്ലകൾക്കും ജരാനര വന്ന പോലെ ഉണങ്ങിത്തുടങ്ങിയിരിക്കുന്നു.

ഓർമ്മക്കാറ്റിന് ഇടം നൽകാതെ കുട്ടികൾ വീണ്ടും ഓടി എത്തി. 'അമ്മീ (വല്യമ്മ എന്നതിന് രണ്ടര വയസുകാരൻ ദിവുക്കുട്ടന്റെ ചുരു ക്ക വിളി)... അമ്മി... വാ' വാക്കുകൾ കൂട്ടിപ്പറയാൻ അറിയാത്തതിനാൽ ആംഗ്യ ഭാഷയിൽ സഗൗരവം ആജ്ഞാപനം.

'പ്പൊ വരാ ട്ടോ'

ഓർമ്മക്കാറ്റ് അവിടെ നിന്നു തിരിഞ്ഞു വീശി.

വീണ്ടും സന്ധ്യമയങ്ങിയ പ്പൊ തിരിച്ചു വന്നു.

'വൈദ്യരേ...'

ഗോവിന്ദന്റെ ആ വിളി എനിക്ക് ഏറെ ദേഷ്യമായിരുന്നു. തിരിച്ചു പറ യാൻ അറിയില്ല. ദേഷ്യം കാട്ടാൻ എന്നും അമ്മ മാത്രേ ണ്ടാർന്നുള്ളൂ. പക്ഷെ അധികം പറ്റില്ല. 'ഒന്നേള്ളൂ ച്ച ഒലക്കോണ്ടാ' ന്ന് പറയലും പിച്ച ലും കഴിയും. അടക്കിപ്പിടിച്ച് കരയുമ്പൊ വീണ്ടും കിട്ടും 'ന്താ കുട്ടിക്കി ത്ര വാശി കാട്ടാൻ? വേണ്ടാത്ത വാശീം ദേഷ്യോം ഒന്നും വേണ്ട ട്ടോ.'

ഗോവിന്ദൻ കാര്യസ്ഥനാർന്നു. നടു വേന, കാലു വേന, തല വേന....

ങനൊരു ലിസ്റ്റുണ്ടാവും മൂപ്പർക്ക്.

പക്ഷെ നിക്ക് മൂപ്പരോട് ഇത്തിരി ഇഷ്ടമുണ്ട്. 2 മണിക്ക് മൂപ്പര് ഉണ്ണാൻ വരുന്നതുവരെ മുത്തശ്ശി കിടപ്പാ. ന്റെ പാല് കിട്ടണം ച്ചാ മൂപ്പർക്ക് ചോറ് കൊടുക്കാൻ മുത്തശ്ശി എണീക്കണം. മൂപ്പര് വന്നാൽ ഒരു പ്രത്യേക വിളിയുണ്ട്. 'കൂയ്... കൂയ്' ന്. ന്നിട്ട് ഒരു ചൊമേം. ഇടക്ക് ഞാൻ ആ ശബ്ദം അനുകരിച്ച് മുത്തശ്ശീനെ പറ്റിക്കും. നിക്ക് ണ്ടോ ഗോവിന്ദന്റെ ഗാംഭീര്യ ശബ്ദം കിട്ടണു! ന്തായാലും മുത്തശ്ശി അറിഞ്ഞോണ്ടന്നെ ചിരി ച്ച് എണീക്കും

' ദാ... കുട്ട്യങ്ങട്ട് കുടിച്ചോളൂ. നി കൂക്കണ്ട.'

'ഈ കുട്ടിക്ക്ണ്ടാക്കണ ചോറും കൂട്ടാനും ഒരു വാഴദെ കടയ്ക്ക ട്ടാ അദ് പ്പൊ കൊലച്ചിട്ട്ണ്ടാവും.'

' അയ്നെങ്ങന്യാ വെള്ളം ദാഹിക്കുമ്പഴൊക്കെ പാലുകുടിയല്ലേ.' അമ്മ അല്ലെങ്കി ഭാർഗ്ഗവിയമ്മ അല്പം നീരത്തോടെ പറയും മിക്കവാറും അടുത്ത ഡയലോഗ്.

ഗോവിന്ദൻ വന്നാൽ പറഞ്ഞു ചിരിക്കാൻ അന്നത്തെ വകയും ആവും എന്റെ കാര്യം.

എന്തു പറഞ്ഞാലും ഇല്ല്യച്ചാലും മൂപ്പര് 'വൈദ്യ രേ' വിളി നിർത്തി ല്ല. നിക്കാച്ച അത് കേട്ടാണ്ടൊരു പുകച്ചില്.

ഒരീസം മൂപ്പര് പതിവുപോലെ നെല്ലുത്തും പുരേല് ഉണ്ണാനിരുന്നു. ഊണ് ഒരു കാഴ്ചയാണ്. ഇല നിറച്ച് കുമ്പാരം കൂട്ടി ചോറ്. നടുക്ക് ഒരു കുഴികുത്തി അതില് നെറയെ കൂട്ടാൻ. പിന്നെന്തൊക്ക്യാ ച്ച അ തൊക്കെ ചുറ്റിനും.

അന്നും പറഞ്ഞു. 'ഓ! ന്റെ വൈദ്യരേ... നടുന് നല്ല വേന. ത്തിരി മരുന്ന് തരോ.' കണ്ണുരുട്ടി ദേഷ്യത്തില് നോക്കാനും ഉലയ്ക്കോ ണ്ട് ര ണ്ട് കൊടുക്കാനും തോന്നി. പക്ഷെ ധൈര്യല്ല.

അമ്പട ! അപ്പൊ ദാ കിടക്കണു ഉരലിൽ രാവിലെ ഭാർഗ്ഗവി മുളകിടി ച്ചതിന്റെ ബാക്കി ചിലത്.

പിന്നെ വൈകിച്ചില്ല. കയ്യോണ്ടത് വാരിപൂശി ഗോവിന്ദന്റെ നടുന്.

'ന്താ കുട്ട്യേ ദ് ?'

ഒരു നല്ല ചിരിയോടെ ഞാനും 'ഒരലിലെ മരുന്നാ ഗോവിന്നാ...'

പിന്നവിടെ ഒരു മേളാർന്നു. മുത്തശ്ശി തല്ലാൻ കയ്യോങ്ങീപ്പൊ ഞാൻ ദേഷ്യത്തിലന്നെ പറഞ്ഞു.

'ന്നെ വൈദ്യരേ ന്ന് വിളിക്കല്ലേന്ന് പറയു മുത്തശ്ശീ'

'അയ്യോ! കുട്ടിനെ തല്ലണ്ട .ഞാനൊന്നു കുളിച്ചോളാം...'

ഗോവിന്ദനു കാര്യം പിടികിട്ടി. പിന്നെ ഒരിക്കലും ന്നെ വൈദ്യ രേ ന്ന്
വിളിച്ചില്ല.

മരിക്കും മുമ്പ് ന്നെ കാണണം ന്ന് വിളിച്ചു പറഞ്ഞു ഗോവിന്ദന്റെ
മോള്. ചെന്നപ്പൊ ഈ കഥ പറഞ്ഞ് മൂപ്പര് കുറെ ചിരിച്ചു. പിന്നെ ഒരു
കരച്ചില്.

'ഈയാണ്ടിലെ വേലക്കും കൂടി ഞാൻ ആനക്കുട എടുത്തു. അടുത്ത
കൊല്ലത്തക്ക് ഞാൻ ണ്ടാവില്ല ട്ടോ കുട്ട്യേ.'

ഓർമ്മക്കാറ്റിനൊരു കണ്ണീർ നനവ്.

കൂടോത്രം

ഇന്ന് ഞാൻ ഒന്നും എഴുതില്ലാന്നു കരുതീതാ. നല്ല പല്ലുവേന.

വെളുത്തുള്ളീം ഉപ്പും കൂടി പല്ലിൽ വച്ചു കടിച്ച് പിടിച്ച് നീരിറക്കീ പ്പൊ ഒരാശ്വാസം'. ഒരു പാരസെറ്റമോൾ കൂടി കഴിച്ച് അല്പം ഉറങ്ങാ മെന്നോർത്ത് കണ്ണടച്ചു കിടന്നു.

തട്ടിൻപുറത്തെ പടിഞ്ഞാറെ മുറിയുടെ ജനലിലൂടെ നോക്കിയാൽ പുറത്തു നിന്ന് പലപ്പോഴും നാരായണൻ നായർ ഇടവഴിയിലൂടെ പിറു പിറുത്തു പോകുന്ന കാഴ്ച കാണാമായിരുന്നു പത്തു മുപ്പതു കൊല്ലം മുമ്പ്. ഇന്ന് ഒരു പുളിയും നാലു തേക്കിൻ തൈകളും ഇടവഴിയിലേക്കു ള്ള കാഴ്ച മുടക്കി. എന്തോ ആലോചന അലട്ടിയപ്പൊ കണ്ണു തുറന്നു ജനലിലൂടെ മുകളിലേക്ക് നോക്കി.

പുളിയുടെ ഒരു കൊമ്പ് ജനലിനരികിൽ ഇടതൂർന്ന കുഞ്ഞിലകളു മായി പടർന്നു നിൽക്കുന്നു. അവക്കിടയിലൂടെ ആകാശം നേരിയ വെള്ള ക്കുത്തുകളാൽ തെളിഞ്ഞു കാണാം. ഇന്ന് ഒട്ടും മഴക്കാറില്ല. ചൂടും പക്ഷെ കുറവില്ല .

ഓർമ്മകൾ നാരായണൻ നായരുടെ ശുഷ്ക്കിച്ചു നീണ്ട ആറടി പൊക്ക വും ഇരു നിറവും കഷണ്ടിത്തലയും ഒറ്റത്തോർത്തും മേൽ തോർത്തും കൈ വീശിയുള്ള ആരേം നോക്കാത്ത നേരെ മാത്രം നോക്കുന്ന നടത്ത വും വീണ്ടും മനസിൽ വരച്ചു തന്നു.

എന്റെ ബാല്യത്തിന്റെ മട്ടുപ്പാവിലെ മറ്റൊരു അതുല്യ കഥാപാത്രം. കോലോത്തിന്റെ തെക്കു കിഴക്കേ ഭാഗത്ത് ഹനുമാരമ്പലവും തെക്കേ കോവിലകവും കഴിഞ്ഞാൽ പല്ലൂരത്തെ വീടാണ്. അവിടത്തെ എന്റെ പ്രിയപ്പെട്ട ലക്ഷ്മിയമ്മയുടെ ഭർത്താവിന്റെ അനുജനായിരുന്നു നാരാ യണൻ നായർ. അദ്ദേഹം വിവാഹം കഴിച്ചിരുന്നില്ല. ഒരു വലിയ പറ മ്പിൽ ചെറിയൊരു കൂര തന്നെ പണിത് ഏതു സമയവും പറമ്പിൽ കൊത്തിക്കിളച്ച് നടക്കുന്ന മനുഷ്യൻ. പണി ചെയ്യുമ്പൊ മിണ്ടില്ല . അല്ലാ ത്ത സമയം ചില അപശബ്ദങ്ങളുണ്ടാക്കും.

ഇടക്കിടെ സ്പഷ്ടമായി കേൾക്കുന്ന ചിലതുണ്ട്.

' തട്ടകത്ത് ആ ഇരിക്കുന്ന സാധനത്തിന്റെ വടക്ക് എന്റെ മരുമകൾ രാധയും മരുമകൻ കൃഷ്ണനും താമസിക്കുന്നു.'

ഇതാണ് അദ്ദേഹം സ്പഷ്ടമായി പറയുന്ന വാക്കുകൾ. രാധയെ എനി ക്കറിയാമായിരുന്നു. നാരായണൻ നായരുടെ മരുമകളായിരുന്നു അവർ. അമ്പലത്തിൽ പോവുമ്പൊ അവരെ കണ്ടിട്ടുണ്ട്. അമ്മ പറഞ്ഞു തന്നി രുന്നു നാരായണൻ നായർ ദിവസേന മൂന്നു നേരം എടവഴിയിലൂടെ അങ്ങോട്ടും ഇങ്ങോട്ടും പോയിരുന്നത് മരുമകളുടെ വീട്ടിലേക്കാണു പോലും! അയാൾക്ക് ഭക്ഷണം അവിടെ നിന്നാണു പോലും! മറ്റാരേം വിശ്വാസമില്ല പോലും!

കോലോത്ത് വർഷത്തിലൊരു അഞ്ചാറു പ്രാവശ്യം കയറി വരും പോലും ... ഭക്ഷണം വേണം എന്ന് അമ്മയോടു മാത്രം പറയും പോലും! പക്ഷെ ഇവിടിരുന്നു കഴിക്കില്ല പോലും! ഇലയിൽ പൊതിഞ്ഞ് സ്വന്തം പറമ്പിലെത്തിയിട്ടേ കഴിക്കൂ പോലും ! (അത് അയാൾക്ക് കടുത്ത മഴ യിൽ തോടും പാടവും ഒന്നാകുമ്പോൾ പാടം കടന്ന് രാധയുടെ വീട്ടിൽ പോകാൻ കഴിയാത്ത ദിവസങ്ങളിലായിരുന്നു പോലും !)

പറമ്പിൽ കൊത്തിക്കിളച്ച് കൊള്ളിയും ചേന, ചേമ്പ്, കൂർക്ക എന്നി വയും ഉണ്ടാക്കി രാധക്ക് കൊണ്ടു കൊടുക്കും പോലും!

അദ്ദേഹത്തിന്റെ വളപ്പിൽ ഒരു വലിയ നെല്ലിമരമുണ്ടായിരുന്നു. അദ്ദേ ഹത്തിന്റെ വളപ്പും കടന്നു വേണം അച്ഛന്റെ ബന്ധു ചെറിയമ്മ താമസി ക്കുന്നിടത്തെത്താൻ. അച്ഛന്റെ ചെറിയമ്മ നേർത്തെ മരിച്ചു പോയിരുന്നു.

എന്റെ കുട്ടിക്കാലത്ത് അവിടെ അവരുടെ മകനും മകന്റെ ഭാര്യയു മാണ് ഉണ്ടായിരുന്നത്. അമ്മ ഇടക്ക് അവിടേക്ക് ഒരു സന്ദർശനം നട ത്തും. അക്കൂട്ടത്തിൽ വീണു കിട്ടുന്ന സമയമാണ് എനിക്ക് നാരായണൻ നായരുടെ പറമ്പിലെ നെല്ലിക്ക പെറുക്കാനും അദ്ദേഹത്തെ നോക്കി നിൽ ക്കാനും കിട്ടുക.

ലക്ഷ്മിയമ്മയുടെ വീട്ടിൽ നിറച്ച് മുല്ലപ്പൂ ഉണ്ടായിരുന്നു. മുറ്റത്തെ മാവിൽ പടർന്ന മുല്ല നിറച്ച് പൂക്കളായിരുന്നു. അവിടെ പോകാൻ എനി ക്ക് വലിയ ഇഷ്ടമായിരുന്നു. മുത്തശ്ശിയുടെ കൂട്ടുകാരിയായിരുന്നു ലക്ഷ് മിയമ്മ. 'കുട്ടേ ...... വര്വോ ... പൂ പറിച്ചരാം.' മുല്ലപ്പൂവിനോടൊപ്പം നല്ല സ്വാദുള്ള ഇലയിൽ ചുട്ട അടയും തരും ലക്ഷ്മിയമ്മ.

അവിടേയും പോകാൻ അമ്മയുടെ സമ്മതോം സാമീപ്യവും വേണം കാരണം ആ വഴിയിലും എന്നെ പേടിപ്പിക്കാൻ പലതുമുണ്ടായിരുന്നു. അധികം ആരും ആ വഴി പോകാൻ ധൈര്യപ്പെട്ടിരുന്നില്ല . നാരായണൻ നായരുടെ കയ്യിൽ എപ്പോഴും ഒരു വെട്ടുകത്തി കാണും .പക്ഷെ അമ്മ

ക്ക് അയാളെ ഭയമില്ലായിരുന്നു.'

പിന്നൊന്ന് വഴിയിലെ കല്ലുവെട്ടാം കുഴിയാണ്. കോലോത്തെ ഒരു പറമ്പില്‍ കല്ലുവെട്ടിയിരുന്നു പണ്ട്. അവിടെത്തൊക്കേയോ ഭൂതപ്രേത പിശാചുക്കള്‍ !! സ്ഥിരതാമസമാണെന്ന് പറഞ്ഞു പേടിപ്പിച്ചും വച്ചിട്ടു ണ്ടായിരുന്നു.

'അയാള്‍ നമ്മളെ ദ്രോഹിക്കില്ല. നമ്മളെ ഇഷ്ടാ.' അമ്മ പറയും. പക്ഷെ... അയാള്‍ടെ കയ്യിലെ വെട്ടുകത്തി, തുറിച്ച കണ്ണുകള്‍ നേരെ പിടിച്ച് മണ്ണില്‍ കുളിച്ച മുണ്ടും ചപ്രച്ച താടി മുടികളും ഇളക്കിയാട്ടി കാറ്റു വേഗത്തിലുള്ള നടത്തവും കാണുമ്പൊ അങ്ങനെ വിശ്വസിക്കാന്‍ ആര്‍ക്കും ആവില്ല.

'അയാള്‍ക്ക് പ്രാന്താ... കുട്ടി അടുത്തു പോണ്ടട്ടോ' എന്നേ അമ്മ ഒഴികെ എല്ലാരും പറഞ്ഞിരുന്നുള്ളു.

അയാളെ പരിഹസിക്കുന്നവരെ അയാള്‍ ഒരിക്കലും വെറുതെ വിട്ടി ല്ല. കല്ലും മണ്ണും വാരി എറിയും.

'പാവാ അയാള്‍. മനസ്സിന്റെ സമനില തെറ്റാന്‍ അധിക സമയം വേണ്ട ആര്‍ക്കും. ആരുല്യാത്തതോണ്ടാ അയാളിങ്ങനെ'

അമ്മയുടെ വാക്കുകേട്ട് കേട്ട് എനിക്കും അയാളോട് സഹതാപം തോന്നിത്തുടങ്ങി.

ഒരീസം ഞാന്‍ അമ്മോട് പറഞ്ഞു.

'അമ്മേ... ഞാനയാളോട് മിണ്ടട്ടേ?'

'എന്തു മിണ്ടാനാ ! അയാളൊന്നും തിരിച്ച് പറയില്ല കുട്ടേ'

നിക്ക് സങ്കടായി.

വര്‍ഷകാലത്ത് നല്ല മഴയുള്ള ഒരീസം ഉച്ചക്ക് കുടയില്ലാതെ ഇടവഴി യിലൂടെ നടന്ന അയാളെ ഞാന്‍ പടിപ്പുരയില്‍ ചെന്നു വിളിച്ചു

'നാരായണന്‍ നായരേ.....

നാരായണന്‍ നായരേ....'

ഒന്നും കേള്‍ക്കാത്ത ഭാവത്തില്‍ അയാള്‍ നേരെ നോക്കി പോയി. ഞാന്‍ വീണ്ടും ഉച്ചത്തില്‍ വിളിച്ചു. അയാള്‍ക്ക് കേട്ട ഭാവമില്ല.

'അമ്മേ... അയാള്‍ കേട്ടില്ല.'

'ഞാന്‍ പറഞ്ഞില്ലേ? അയാള്‍ക്ക് നമ്മള് പറയണതൊന്നും ശ്രദ്ധ ല്യ ആരോ കൂടോത്രം ചെയ്തതാത്രെ! പാവം!'

'ന്താ അമ്മേ അത്?'

'നിക്കറിയില്ല കുട്ടേ... അങ്ങനെ ചിലതുണ്ട് ത്രെ മന്ത്രവാദത്തില് !'

'അതെന്താ .. ദ് ?'

'അങ്ങന്യാക്കെ ണ്ട് ത്രേ. അയാൾടെ മൊതല് കൈവശപ്പെടുത്താ
നേയ് ആരോ ചെയ്തതാത്രെ.'

പിന്നെ നിക്ക് അതെന്യായി ചിന്ത. ന്തിനാ ആ പാവത്തെ കൂടോത്രം
ചെയ്യണെ?

'അമ്മേ ... നമ്മളേം ആരേലും അങ്ങനെ ചെയ്യാ?'

'ഏയ് ! അങ്ങനൊക്കെ ചെയ്താ ചെയ്തോർക്ക ന്യാ ദോഷം വരാട്ടോ'

ഹാവൂ ! സമാധാനം

ഒരു നെല്ലിക്കക്കാലം ! അമ്മയുടെ കൂടെ ബന്ധുവീട്ടിലേക്കിറങ്ങിയ
പ്പൊ ഭാഗ്യത്തിന് നാരായണൻ നായരില്ല .നെല്ലിച്ചോട്ടിൽ നല്ല മൂത്തുമു
ഴുത്ത നെല്ലിക്കകൾ അഞ്ചാറെണ്ണം വീണു കിടക്കുന്നു. ഇടക്ക് ഞാൻ
മുങ്ങിയത് അമ്മ ശ്രദ്ധിച്ചിട്ടില്ല. വഴിയിൽ ലക്ഷ്മിയമ്മയെ വർത്താനത്തി
നു കിട്ടിയ സന്തോഷത്തിൽ അമ്മ നിന്നു .ഞാൻ പതുങ്ങിപ്പതുങ്ങി നെല്ലി
ച്ചോട്ടിലെത്തി.

രണ്ടു നെല്ലിക്ക പെറുക്കിക്കാണും. കരിമ്പനപ്പട്ട ഇളകുന്ന ഒരു ശബ്ദം.
കൂരക്കുള്ളിൽ നിന്ന് പട്ട വാതിൽ തുറന്ന് വെട്ടുകത്തിയുമായി ദാ വരു
ന്നു നാരായണൻ നായർ മുന്നിൽ .ഓടാനോ കരയാനോ പറ്റാതെ ഉള്ളിൽ
ഭയത്തിന്റെ വേലിയേറ്റം. എന്റെയടുത്ത് വെട്ടുകത്തിയുമായി നിൽക്കു
ന്ന നാരായണൻ നായർ.

അമ്മ പെട്ടെന്നു ശ്രദ്ധിച്ചത് ഭാഗ്യമായി.

'നാരായണൻ നായരേ'

അമ്മ സർവ്വശക്തിയുമെടുത്ത് വിളിച്ചു കൊണ്ട് ഓടി വന്നു.

'നാരായണൻ നായരേ....ന്റെ മോളാ... കോലോത്തെ കുട്ട്യാ .... നെ
ല്ലിക്ക പെറുക്കാരുന്നു....'

അയാളത് കേട്ട ഭാവമില്ല. പക്ഷെ വെട്ടുകത്തിയുമായി നേരെ തിരി
ച്ചു കയറി അയാളുടെ കൂരയിലേക്ക്.

അമ്മ എന്നേയും പിടിച്ച് ഒറ്റ നടത്തം. അത്ര വേഗത്തിൽ അമ്മ ഒരി
ക്കലും നടന്നു കണ്ടിട്ടില്ല!

അയാളുടെ പറമ്പു കടന്നില്ല പിന്നിൽ നിന്ന് ശബ്ദം വീണ്ടും!

'തട്ടകത്ത് ആ ഇരിക്കുന്ന സാധനത്തിന്റെ വടക്ക് എന്റെ മരുമകൾ
രാധയും മരുമകൻ കൃഷ്ണനും താമസിക്കുന്നു.

കൗതുകത്തോടെ ഞാൻ തിരിഞ്ഞു നോക്കിയപ്പോൾ അയാൾ നട്ടു
ച്ച സൂര്യന്റെ നേരെ നോക്കിയായിരുന്നു സംസാരം.

'അമ്മേ... ദെന്താ നാരായണൻ നായര് പറയണെ?'

'തട്ടകം പറഞ്ഞാൽ അമ്പലം .ആയിരിക്കുന്ന സാധനം ന്ന് പറഞ്ഞാൽ

മൈക്ക്. അതിന്റെ വടക്കു വശത്ത് അയാൾടെ മരുമക്കൾ ഉണ്ട്.'

അപ്പഴാണ് എനിക്കത് മുഴുവനായി മനസിലായെ.

അങ്ങനെ വർഷങ്ങളോളം അയാൾ ഇടവഴിലൂടെ വെട്ടുകത്തിയുമാ
യി നടന്നു. എന്തോ എനിക്ക് അയാളെ അതിനു ശേഷം തീരെ പേടി
ഇല്ലാരുന്നു. പിന്നീട് അയാളെ പറ്റി പറയുമ്പഴും കാണുമ്പഴും ഒക്കെ
എന്തെന്നില്ലാത്ത ഒരു വിഷമമാരുന്നു.

ആയിടക്ക് അയാൾക്ക് രാധയുടെ വീട്ടിൽ പോകാൻ വയ്യാതായി. ഭക്ഷ
ണം പിന്നെ കോലോത്തുന്നായി.

അയാളുടെ രീതികളിൽ ചില മാറ്റങ്ങളുണ്ടായി.

മുഷിഞ്ഞ മുണ്ടു മാറി ഉടുക്കാനും ഭക്ഷണം കഴിക്കുമ്പൊ മുന്നിൽ
ചെന്നിരിക്കുന്ന എന്നെ നോക്കാനും അയാൾ ശ്രമിച്ചു, അപ്പോഴും സാധാ
രണ സംസാരങ്ങൾ ഒന്നുമില്ല. ഭക്ഷണം കഴിഞ്ഞാൽ ഇലയെടുത്ത് അവി
ടം തളിച്ചു തേക്കും. ഗ്ലാസു കഴുകി കമഴ്ത്തി വച്ച് 'പോണു' ന്ന് ആരോ
ടെന്നില്ലാതെ പറയും.

'നാളെ വരണേ' അമ്മ പറഞ്ഞത് കേൾക്കാത്ത ഭാവത്തിൽ നീങ്ങും.
പക്ഷെ മരണത്തിന് തലേന്നു വരെ അദ്ദേഹം വന്നു.

പിറ്റേന്ന് കോളേജു വിട്ടു പാടത്തുടെ നടന്നു വരുമ്പൊ നാരായണൻ
നായരുടെ പറമ്പിൽ ഒരു തിരക്ക്. ലക്ഷ്മിയമ്മ എന്നെ കണ്ടപ്പോൾ വീട്ടിൽ
നിന്ന് പാടത്തേക്ക് ഇറങ്ങി വന്നു 'കുട്ടി വടക്കേ വഴി പൊയ്ക്കോളൂ.
ഇവിടെ നാരായണൻ മരിച്ചിരിക്കണു.'

ഉള്ളിലൊരു മൂകത . വീട്ടിലെത്തീപ്പൊ അമ്മ വീണ്ടും ആവർത്തിച്ചു
പറഞ്ഞു

'നാരായണൻ നായര് മരിച്ചു കുട്ട്യേ... അയാളെ ആരോ കൂടോത്രം
ചെയ്തു കൊന്നു.'

ഇപ്പഴും എനിക്കാ വാക്കിന്റെ അർത്ഥം മനസിലായിട്ടില്ല.... കൂടോ
ത്രം...

എഴുത്തു തുടങ്ങിയപ്പോഴേക്കും നന്ദു എത്തി.

'അമ്മീ... വാ... അമ്മ ചായ വച്ചു.'

'ഉം. വരാ...'

'അമ്മി എന്താ എഴുതണെ?'

ഒരു ചിരിയോടെ അവളെ ചേർത്തു പിടിച്ച് ഞാൻ പറഞ്ഞു

'അമ്മീടെ കുട്ടിക്കാലത്ത് ഉണ്ടായിരുന്ന ആളോളെ പറ്റിയാ.'

'അവരൊക്കെ എവിടെ ഇപ്പൊ.?'

'ചിലരൊക്കെ മരിച്ചു. ചിലര് ഉണ്ട് ഇപ്പോഴും.'

എഴുത്തു കഴിയും വരെ

അവൾ എന്റെ അരികെ ഇരുന്നു.... വീണ്ടും എന്തൊക്കെയോ കേൾ
ക്കാനായി.

എന്റെ മനസ്സ് നാരായണ നായരിലും 'കൂടോത്രം' എന്ന വാക്കിലും
കുരുങ്ങി നിന്നു പിന്നെ കുറെ നേരത്തേക്ക്.

വിജനമെങ്കിലും... ഇടവഴിയിലെ നിഴലനക്കങ്ങളിൽ നാരായണൻ
നായർ നടന്നു നീങ്ങുന്നുണ്ടോ !!

ഓർമ്മകൾ തിരയുന്നതാവാം വീണ്ടും..... അല്ലേ ?

ലതേച്ചീടെ ശ്ലോകം

പച്ച വിരിച്ചു നിന്ന പാടത്തൂടെ ദൂരെ കാണുന്ന കവുങ്ങിൻ തോട്ടമാ യിരുന്നു എന്റെ ചക്രവാളത്തിന്റെ സീമ. തെളിഞ്ഞ ആകാശത്തിൽ വട്ട മിട്ടു പറക്കുന്ന ചെറിയ പരുന്തിൻ കുഞ്ഞുങ്ങളുണ്ട് ചില നേരത്ത് നോക്കി യിരിക്കാൻ. പകൽ സമയത്ത് തിരക്കിട്ട പണിയിലാവും അമ്മയും മുത്ത ശ്ശിയും .മുത്തശ്ശൻ ഉറക്കത്തിലും. കോലോത്തെ കവുങ്ങിൻ തോട്ടത്തി ന്റെ അറ്റത്തെ കുളപ്പുരയിലായിരുന്നു കളിവീട്... മരപ്പാവയും മണ്ണപ്പ വും കാട്ടപ്പ മെഴുക്കുപുരട്ടീം കുറെ പഴന്തുണികളും. മുത്തശ്ശൻ ഉറങ്ങു മ്പോ മാത്രം അതെല്ലാം പുറത്തെടുക്കാം ഉണർന്നാൽ ഇതൊക്കെ കണ്ടാൽ മുത്തശ്ശൻ തുടങ്ങും 'വേറൊരു പണീം ഇല്ലാലേ? അമ്മൂട്ടേ...ന്താ ദ് ?' (അമ്മുക്കുട്ടി ന്നാണ് മുത്തശ്ശിയുടെ വിളിപ്പേര്. മുത്തശ്ശനത് ദേഷ്യ ത്തിലാവുമ്പൊ അമ്മൂട്ടേ എന്ന തറപ്പിച്ച വിളിയാവും) ആ ശബ്ദം കേൾ ക്കുമ്പഴേക്കും എല്ലാം വലിച്ചെറിഞ്ഞൊരു ഓട്ടമുണ്ട് അമ്മേടെ സാരി ത്തുമ്പിലേക്ക് പിന്നെ ഏറെ നേരത്തേക്ക് മിണ്ടാട്ടമുണ്ടാവില്ല.

കളിപ്പുരയിലിരുന്ന് നോക്കിയാൽ പാടത്തെ പണിക്കാരേം വരമ്പത്തെ യാത്രക്കാരേം കാണാം. അന്നൊരു ഒറ്റയടിപ്പാതയാണ് പാടത്തിനപ്പുറ ത്ത്. ഒരാൾക്ക് കഷ്ടിച്ച് നടക്കാം. എതിരെ ഒരു പൂച്ച വന്നാൽ പേടിയാ കും. അത്രയും വീതി കുറഞ്ഞ വഴി. പൂച്ചയേക്കാൾ നായ്ക്കളും പോത്തു കളും ആടുകളുമായിരുന്നു ആ വഴി ഉപയോഗിച്ചത്.

'ഒറ്റക്ക് പോയാൽ തോട്ടിൽ നീരാളി മുത്തീം എടവഴീൽ ഒടിയൻ പോത്തുകളും ണ്ടാവും ട്ടോ കുട്ടിയേ...;

മുത്തശ്ശീം ഭാർഗ്ഗവിയമ്മയും ഒരു പോലെ പറയുന്ന കാര്യമായതി നാൽ വഴിനടക്കാൻ ഒറ്റക്ക് ധൈര്യമില്ല., സ്ക്കൂളിൽ പോകാനാണെങ്കിൽ ലത ചേച്ചീം ഉഷ ചേച്ചീം വരണം.

ഉഷ ചേച്ചിയോട് ഒരിക്കെ ചോദിച്ചു 'ശരിയാണോ ദൊക്കെ?' ഉത്തര മില്ലാത്ത ചിരി. അമ്മയോട് ചോദിച്ചപ്പൊ, 'നിക്ക് അറീല കുട്ടിയേ... മുത്ത ശ്ശീ പറയണതും ഭാർഗ്ഗവിയമ്മ പറേണതും ശരിയാവും' ന്നൊരു ഒഴി ഞ്ഞു മാറല്.

സ്ക്കൂളിലേക്ക് നടക്കുമ്പൊ ഇടക്കിടെ ഞാനിരിക്കും. നടക്കാൻ വയ്യ ഏറെ ദൂരം. ഉണ്ണൂലിയമ്മയാണങ്കി ഒറ്റയടി നടത്തിക്കില്ല. നിക്കിഷ്ടം അവ രുടെ കൂടെ സ്ക്കൂളിൽ പോവാനാർന്നു. അവരുടെ അമ്മ കിടപ്പിലായപ്പ ഴാ ലതേച്ചീം ഉഷേച്ചീം സാരഥികളായത്. വേഗം നടന്നില്ലാച്ച അപ്പൊ തൊടങ്ങും ലതേച്ചി വല്ലാത്ത ടോണില് ഒരു ശ്ലോകം.

' നട്ടുച്ചാ സന്ധ്യാ സമയം പ്രേതങ്ങൾ ചാടിച്ചാടി തോട്ടിലും കുണ്ട നെടോഴീലും കുട്ട്യോളെ തൂക്കിയെടുത്ത് ഡും ഡും ഡും' കേട്ടപാതി കേൾക്കാത്ത പാതി ഓടി ലതേച്ചീടെ മുന്നിലെത്തും ഞാനെന്ന് അവർ ക്കറിയാം.

ഒരീസം അമ്മോടിത് പറഞ്ഞ് കരഞ്ഞു. പിറ്റേന്ന് ലതേച്ചി വന്നപ്പൊ അമ്മ ചോദിച്ചു. 'എന്തിനാ കുട്ടീനെ പേടിപ്പിക്കണെ?'

'ബെല്ലടിക്കണേന്റെ മുമ്പെ എത്തീലാ ച്ചാലെ മാധമ്മാഷ് നല്ല തല്ലാ ട്ടോ. ഈ കുട്ടിയാച്ച ഇരുമ്പരിക്കും പോലെയാണേന്നും...'

അമ്മക്ക് ചിരി വന്നു ന്ന് തോന്നണു. മറ്റൊന്നും ആരും പറഞ്ഞില്ല

അന്ന് പോണ വഴിക്ക് ലതേച്ചി ചോയ്ച്ചു 'കുട്ടി നാളെ തൊട്ട് ഒറ്റക്ക് പൊയ്ക്കോളോ സ്ക്കൂളിൽക്ക്? നടക്കൂ...ല്യ ഒറ്റക്ക് പൂവൂ...ല്യ

ഞങ്ങക്ക് വയ്യേ മാധമ്മാഷ് ടെ തല്ല് വാങ്ങാൻ കുട്ടിക്കാച്ച തല്ലും കിട്ടില്ല ആകെ ഒര് അശു അല്ലെ ഒരു തല്ല് കിട്ടിയാ ചത്ത് പോവും!'

ദൊക്കെ പറയുമ്പൊ ലതേച്ചി കണ്ണുരുട്ടി വിരല് ചൂണ്ടി ഒച്ച കനപ്പി ക്കണുണ്ടാരുന്നു.

ന്തു പറയണം ന്നറിയാതെ അന്തം വിട്ട് ഞാനും.

എന്തായാലും അന്നു മുതൽ ലതേച്ചി 'നട്ടുച്ചാ സന്ധ്യാ സമയം....' ശ്ലോകം അവസാനിപ്പിച്ചു; ഞാനിത്തിരി 'പാടക്കാഴ്ച ആസ്വാദനങ്ങൾ' കുറച്ചു കൊണ്ട് നടത്തത്തിന് വേഗതയും കൂട്ടി.

ഞങ്ങൾക്കുള്ള നാലു മണിച്ചായയിൽ അമ്മ ഒരു ബിസ്ക്കറ്റിന്റെ എണ്ണം കൂട്ടിത്തരികയും ചെയ്തു.

അമ്മോം മുത്തശ്ശീം മുത്തശ്ശനും ഭാർഗ്ഗവിയമ്മോം ഉഷ ചേച്ചീം ഒക്കെ ഓർമ്മക്കാറ്റിൽ പറന്ന് ഇടക്കിടെ എത്തും..... വെറുതെ....

ഒരു ചെറു ചിരിയോടെ കണ്ണു നനയിക്കാൻ!

ചിറ്റോളം!

തോട്ടിൽ കെട്ടി നിൽക്കണ ഒരു ചെമ്പ് വെള്ളത്തില് ചെറിയൊരു കല്ലു വീണാൽ വരുന്ന കുഞ്ഞോളങ്ങൾ എന്തു രസാന്നോ! പോയ് മറ ഞ്ഞ കാലത്ത് പാടവരമ്പിലൂടെ ഓടി നടന്ന കുട്ടി തോട്ടു വക്കത്തെ കൈതയോടും കൈനാറിയോടും കിന്നാരം പറഞ്ഞ് വെള്ളത്തിൽ കല്ലെ റിഞ്ഞു നിൽക്കാറുണ്ട്. വെള്ളം കുറയുമ്പൊ സ്ക്കൂളിലേക്കുള്ള ഷോർ ട്ട് കട്ട് പലപ്പഴും പാടത്തിനു നടുവിലൂടെ ഒഴുകുന്ന തോട് മുറിച്ചു കട ന്നായിരിക്കും. അതിന്റെ ആഹ്ലാദം പറഞ്ഞറീക്ക വയ്യ. നാലു മണി വി ടാൻ കാത്തിരിക്കും സ്ക്കൂളിൽ പിരിയഡ്ധുകൾ എണ്ണി.

രാവിലെ ലതേച്ചി നനയാൻ സമ്മതിക്കില്ല. തിരിച്ചു വരുമ്പൊ ത്തിരി നനഞ്ഞാലും ആർക്കും ദേഷ്യല്ല. പക്ഷെ കിട്ടിയ ചാൻസ് മുതലെടുത്ത് വെള്ളത്തിൽ ചപ്പിളി പിളി കൂട്ടിയാൽ ലതേച്ചി വീണ്ടും ശ്ലോകങ്ങളിറ ക്കും!

വൈകീട്ട് തോടു കേറി വരുമ്പൊ കൊക്കും മൈനകളും വാലാട്ടിപ്പ ക്ഷിയും കുഞ്ഞു വാലൻ കിളിയുമെല്ലാം കാണാം പാടത്ത്. എന്തു രസാ ന്നോ അവയെല്ലാം!

ഇപ്പഴും ആ കിളികളൊക്കെ ണ്ട് ട്ടോ. വൈകീട്ട് കുട്ടികൾ ടെ കൂടെ പാടത്തിറങ്ങുമ്പൊ വെറുതെ തോടു വരെ നടക്കും. അപ്പൊ അവരെ യൊക്കെ മക്കളും സുഹൃത്തുക്കളും ബന്ധുക്കളുമൊക്കെയായി പാട ത്തു കാണാം. ഇപ്പഴാണെങ്കി പാടത്ത് ആടും പശുക്കളും അവരോടൊ പ്പമുള്ള മനുഷ്യരും ഒന്നും ല്യാത്തോണ്ട് ലോകം അവർക്ക് വിശാലം തന്നെ!

അന്നൊരു ബുധനാഴ്ചയായിരുന്നു. തുലാവർഷത്തിന്റെ കോളുകൾ ഉച്ച തിരിഞ്ഞാൽ കേമമാവും. സ്ക്കൂൾ പലപ്പഴും നേരത്തെ വിടും. ഇടി യും മിന്നലും പേടി കാരണം ലതേച്ചീടെ കൈ മുറുകെ പിടിച്ചാണു യാത്ര യുണ്ടാവുക.

(നാലാം ക്ലാസിലാണന്ന്. എനിക്കപ്പഴും ഒന്നാം ക്ലാസ്സിന്റെ ഉയരവും ആൾക്കാഴ്ചയും. ക്ലാസ് ലീഡറെ തിരഞ്ഞെടുക്കാൻ ടീച്ചർ ഒരു തിര

ഞ്ഞെടുപ്പു വച്ചു.

'ആരാണ് ലീഡറാവേണ്ടത്?' ടീച്ചർ ചോദിച്ചു.

കുട്ടികൾ എന്റെ പേരും ബിന്ദു വിന്റെ പേരും മറ്റൊരു കുട്ടിയുടെ പേരും പറഞ്ഞു.

ടീച്ചർ മൂന്നു പേരുകൾ ബോർഡിൽ എഴുതി.

ബിന്ദു

ചിത്ര

ബിജു

പിന്നെയും ടീച്ചർ ചോദിച്ചു. ബിന്ദുവിന് വോട്ട് കൊടുക്കുന്നവർ അതായത് ബിന്ദു ലീഡറാവണമെന്ന് ആഗ്രഹിക്കുന്നവർ കൈ പൊക്കൂ.'

ഞാനുടനെ കൈ പൊക്കി. ടീച്ചർ ചിരിയോടു ചിരി.

'അപ്പൊ നിനക്ക് ലീഡറാവണ്ടേ?'

'നിക്ക് ബിന്ദു ലീഡറാവണതാ ഇഷ്ടം'

'ടീച്ചറേ ..നിക്ക് ചിത്ര ലീഡറാവണതാ ഇഷ്ടം ട്ടോ'

കുട്ടികൾ ചിരിക്കുന്നു. ഉടനെ ബിജു എഴുന്നേറ്റുനിന്നു 'ന്നാ അവര് രണ്ടാളും ആയ്ക്കോട്ടെ ടീച്ചറെ'

അങ്ങനെ ആ തിരഞ്ഞെടുപ്പിൽ 3 ലീഡർമാരും ജയിച്ചതായി

ടീച്ചർ പ്രഖ്യാപിച്ചു.

ബിന്ദുവിന്റെ സഹോദരൻ തന്നെയായിരുന്നു ബിജു.)

തുലാവർഷമേഘം രോഷം പൂണ്ടിറങ്ങിയ ആ ബുധനാഴ്ച അവർ രണ്ടു പേരും ക്ലാസിൽ വന്നില്ലായുരുന്നു. മേഘ ഗർജ്ജനങ്ങൾ തുടങ്ങി യ നേരത്തു തന്നെ അന്ന് നാലു മണിക്ക് വിട്ടു. കുട്ടികൾ കൂട്ടമായി ഓടി. ക്ലാസിൽ ഒരു ചോറ്റുപാത്രം ആരോ മറന്നു വച്ച് ഓടിപ്പോയി. ഡസ്റ്റ റും, മറന്നു വച്ച ചോറ്റുപാത്രവുമെടുത്ത് ഞാൻ സ്റ്റാഫ് റൂമിലേക്ക് ഓടി. അവിടെ ആരുമില്ലായിരുന്നു.മണിയടിച്ചതും അധ്യാപകരെല്ലാം ബാഗെ ടുത്തോടിയിരുന്നു.

മഴ ഇപ്പൊ മാനം പൊട്ടി താഴെ വീഴും. ഇരുട്ടടച്ച മഴക്കാറും ഇടിയും. നിമിഷ നേരത്തിനുള്ളിൽ മഴ ഇടിഞ്ഞു വീണു. സ്റ്റാഫ് റൂമിൽ ഇരുട്ട് നിറഞ്ഞു തുടങ്ങിയിരുന്നു. ചോറ്റുപാത്രവും ഡസ്റ്ററും ടീച്ചറുടെ മേശപ്പു റത്തു വക്കാൻ തിരിയുന്നതിനിടയിൽ സ്റ്റാഫ് റൂമിന്റെ വാതിൽ എന്റെ പുറകിൽ അടഞ്ഞു.

ഒരു നിമിഷം എന്തു ചെയ്യണമെന്നറിയാതെ ഞാൻ തരിച്ചു നിന്നു. പേരാറു മഴ! ഞാനുറക്കെ കരഞ്ഞു.വാതിലിൽ തട്ടി.

ആരു കേൾക്കാൻ !

മുടിയഴിച്ചലറി കലി തുള്ളി വീണു കൊണ്ടിരുന്നു മഴ!

ലതേച്ചി അവിടൊക്കെ എന്നെ നോക്കി ക്ലാസിലും പരിസരത്തും കാത്തു നിൽക്കാറുള്ള ഉങ്ങിൻ ചോട്ടിലും എല്ലാം! സ്റ്റാഫ് റൂമിൽ കയറു മെന്ന് സ്വപ്നത്തിൽ പോലും തോന്നിയില്ലാത്തതിനാൽ മഴയത്ത് ഞാൻ ഓടി പോയി തോട്ടിൽ വീഴുമോന്ന് പേടിച്ച് സ്ക്കൂളിൽ നിന്ന് ഇറങ്ങി ഓടി പോലും! പാവം സ്ക്കൂളുവിട്ട് എല്ലാ കുട്ടികളും പോയിട്ടും എന്നെ പാടത്തും തോട്ടിലും നോക്കി രക്ഷയില്ലാതെ കരഞ്ഞു വന്നുവത്രെ. കേട്ട പാതി കേൾക്കാത്ത പാതി അമ്മയും മുത്തശ്ശിയും മുത്തശ്ശനും ഭാർഗ്ഗവി യമ്മേം ജാനകിയമ്മേം ഉണ്ണുലിം മാധവീം ല്ലാരും കൂടി തിരച്ചിലോട് തി രച്ചിൽ പാടത്തും തോട്ടിലും!

കരഞ്ഞു കരഞ്ഞ് വിളിച്ചു വിളിച്ച് ന്റെ ശബ്ദമൊക്കെ പോയിരുന്നു. സമയം എത്രയെന്നറിയില്ല. എന്തു ചെയ്യണമെന്നറിയില്ല .ഒരു തേങ്ങൽ മാത്രം.

ബാഗെടുത്തോടിയ അധ്യാപകരോടൊപ്പം ക്ലാസുകളും സ്റ്റാഫ് റൂമും പൂട്ടി സീലുവച്ച് പ്യൂണും പോയി.

അപ്പഴും പ്രഥമാധ്യാപകൻ ഉണ്ണി മാഷ് തന്റെ ഓഫീസ് മുറിയിൽ വായനയിലായിരുന്നു. ഇടക്കിടെ മഴ കുറയുന്നോ എന്ന ശ്രദ്ധയിൽ അദ്ദേ ഹം പുറത്തേക്കു നോക്കിയിരുന്നു. നടക്കുന്ന സ്ഥലത്തെ ഉറുമ്പിനു പോ ലും നോവാതിരിക്കാൻ ശ്രദ്ധാലുവും സൗമൃനുമായ അദ്ദേഹം കുട്ടിക ളെ ശാസിക്കാൻ പോലും ഒരിക്കലും ശബ്ദമുയർത്തി കേട്ടിട്ടില്ല. വെളു ത്തു മെലിഞ്ഞ് ആറടി പൊക്കമുള്ള കൈയ്യിലെപ്പോഴും ഒരു തടിച്ച പുസ്തകം കൊണ്ടു നടന്നിരുന്ന അദ്ദേഹത്തെ ആ സൗമൃത കൊണ്ടു തന്നെ കുട്ടികൾക്ക് ഏറെ പ്രിയമായിരുന്നു.

ആറു മണിയോടെ മഴ തോർന്നപ്പൊ വരാന്തയിലൂടെ കെട്ടിടത്തിന്റെ ഒരു പുന:പരിശോധനക്കായി അദ്ദേഹം വന്ന നേരം സ്റ്റാഫ് റൂമിൽ നിന്ന് എന്റെ തേങ്ങലും ഭയചകിതമായി ശബ്ദം കുറഞ്ഞു പോയ വിളികളും അദ്ദേഹത്തിന്റെ ശ്രദ്ധയിൽ പെട്ടത് ഭാഗ്യം .ശബ്ദം പിടിച്ച് അദ്ദേഹം സ്റ്റാഫ് റൂമ് തുറന്ന് എന്നെ പുറത്തെടുത്തു.

കരച്ചിൽ നിർത്തി ഞാൻ അദ്ദേഹത്തിന്റെ കയ്യിൽ തൂങ്ങി പുറത്തേ ക്ക് നടന്നു. അപ്പഴേക്കും തിരച്ചിൽ സംഘം സ്ക്കൂളിലെത്തിയിരുന്നു. അമ്മയും മുത്തശ്ശിയുമൊഴികെ ഒരു സംഘം ആളുകൾ.

'ഔ ന്റെ കുട്ട്യേ..... ങ്ങനെ പേടിപ്പിക്കേണ്ടീർന്നില്ലാ'

ഭാർഗ്ഗവി അമ്മ ഓടി വന്നു.

ഉണ്ണി മാഷ് കാര്യം ചോദിച്ച് മനസ്സിലാക്കിയിരുന്നു നോട്. അദ്ദേഹം

അതെല്ലാം അവരോട് സവിസ്തരം പറഞ്ഞു.

കോലോത്തെത്തും വരെ എല്ലാരും ഓരോന്ന് പറഞ്ഞോണ്ടിരുന്നു. അവരെന്നെ ഒരടി നടത്താതെ വീട്ടിലേക്ക് എടുത്തു കൊണ്ടു വന്നു. പടിക്കലെത്തിയപ്പഴേക്കും അമ്മേം മുത്തശ്ശീം ഓടിയെത്തി.

' ഔ! വിരുട്ടാണത്തമ്മ കാത്തു'

ല്ലാരും ദീർഘനിശ്വാസത്തോടെ എന്നെ നോക്കി.

ഞാനെന്ത് തെറ്റ് ചെയ്തിട്ടാ?! ഈ തുലാവർഷം അല്ലേലും അങ്ങന ന്യാ...ഒരിദില്ല്യാതെ

പെയ്തങ്ങട് പേടിപ്പിക്കും!

തോട്ടിൽ കെട്ടി നിൽക്കണ ചെമ്പു വെള്ളത്തിൽ ചാറ്റൽ മഴ കൊണ്ട് കല്ലെറിഞ്ഞ് ചിറ്റോളം തള്ളിക്കുന്ന വേനൽമഴയെയാ എനിക്കിഷ്ടം!!!

'കുട്ടിക്കുര്‍...കുര്‍'
'കുട്ടിക്കുര്‍...കുര്‍'

കോലോത്തെ കിഴക്കു വശത്തെ കടപ്പിലാവിന്റെ ഏറ്റം മുകളിലെ കൊമ്പില്‍ നിന്നാണോ തെക്കുവശത്തെ മുളങ്കാടില്‍ നിന്നാണോ പരി ചിതമായ ഏതോ വിഷുപ്പക്ഷികളിലൊന്നിന്റെ ശബ്ദം.

ഓര്‍മ്മകള്‍ കെട്ടഴിയാന്‍ പോകുകയാണോ!

മേട വിഷു സ്ക്കൂള്‍ അവധിക്കാലത്താണ്. വിജനമായ ഇടവഴിക ളില്‍ നിറഞ്ഞു കേള്‍ക്കാം പല പക്ഷി ശബ്ദങ്ങള്‍. അതില്‍ നിന്നു വ്യത്യ സ്തമായി വരുന്നത് 'കടലേയ്... കടലേയ്...' ന്ന് ഉച്ചത്തില്‍ വിളിച്ച് കൊണ്ട് ജാനു അമ്മയുടെ മക്കളുടെ ശബ്ദമാണ്.

'പാവം! അച്ഛനില്ലാത്ത മക്കളാ. മിടുമിടുക്കരൊത്രെ പഠിക്കാന്‍. എന്തു പണീം ചെയ്യും. ജാനുന്റെ കഷ്ടപ്പാട് തീരും കുട്ട്യോള് നല്ല നെലേലാ യാല്‍.'

അവരുടെ ശബ്ദത്തിനു പ്രതി വചനമെന്നോണം മുത്തശ്ശി പിറുപിറു ക്കും.

ഞാനും ഇത്തിരി നേരം അവരെ പറ്റി ചിന്തിക്കും അവര്‍ടെ അച്ഛനെ ന്താ പറേറ്യന്ന്. ജാനോമ്മ ഒരീസം പണിക്ക് വന്നപ്പൊ നേരിട്ട് ചോയ് ച്ചു.

'ജാനോമ്മേടെ കുട്ട്യശ്ടെ അച്ഛന് ന്താ പറേറ്യ?'

എന്നെ ഒന്നു നോക്കിയ ശേഷം കണ്ണു നിറച്ച് ജാനോമ്മ പറഞ്ഞു.

'മരിച്ചു പോയി'

ചോയ്ക്കണ്ടേര്‍ന്നില്ല. ന്നാലും ചോദിച്ചു പോയില്ലേ.

'എല്ലാരും മരിക്ക്യോ ജാനോമ്മേ ?'

'ഉം'

ജാനോമ്മയെ എനിക്കിഷ്ടാര്‍ന്നു. വെള്ള മുണ്ടും വെള്ള ബ്ലൗസും ഒരു തോര്‍ത്തുമുണ്ടും. ചുരുങ്ങിയ സംസാരം. ഭാര്‍ഗ്ഗവ്യമ്മയെ പോലെം ജാനകൃമ്മയെ പോലെം പേടിപ്പിക്കണ വര്‍ത്താന ല്യ .എപ്പഴും പണി

തന്നെ പണി. അതിനിടക്ക് ന്റെ മണ്ണുവാരലും കുസൃതിക്കളീം നോക്കി ശകാരിക്കാനും മുത്തശ്ശീടെടുത്ത് ഏഷണി കൂട്ടാനുമൊന്നും മെനക്കെ ടാത്ത പാവം.

ഓർമ്മകൾ ജാനോമ്മയിൽ നിന്ന് വിഷുപ്പുലരിയിലേക്ക് കുതിച്ചു.

വിഷുന്റന്ന് മുത്തശ്ശി വെളുപ്പിനേ ഉണർത്തും. കണി കാണിച്ച് കൈനീ ട്ടം തരും. അന്ന് കോലോത്തേക്ക് കുറെ പേര് വരും. എല്ലാർക്കും കൈ നീട്ടമുണ്ട്. മുത്തശ്ശനാണ് എല്ലാർക്കും അത് കൊടുക്കുക.

തലേന്നന്നെ വരും മണ്ണാത്തിയും വെളക്ക ത്രോളും. മൂകാമിയാണ് ആദ്യം വരിക. അലക്കി മടക്കി തുണികളും കൊണ്ട്. ചില നേരം പറ യും.

'ബ്രാട്ടീ .... മാറ്റ് കൊണ്ടന്നു' ന്. ചില നേരം പറയും.

'അലക്കീതെത്തി ബ്രാട്ടിക്കുട്ട്യേ' ന്.

ഈ 'മാറ്റ് മാറ്റ്' ന് പറയണ തുണിക്കെട്ട് ചെറുതാരുന്നു. അത് തൊട്ടാ മുത്തശ്ശി ന്നെ കൊളത്തില് മുക്കും. അമ്മക്ക് മാത്രേ അത് എടുക്കാവൂ. അതിനുള്ളിലെന്താ ന്ന് അറിയാൻ ഒരു കൗതുകണ്ടാർന്നു. പക്ഷെ മുത്ത ശ്ശീം അമ്മേം സമ്മയ്ക്കില്ല അത് തൊടാൻ.

'കുട്ടിയ്ക്കത് വലുതാമ്പൊ അറിയാ' അമ്മ പറയും. മുത്തശ്ശി കൂട്ടി ച്ചേർക്കും. 'കുട്ടീടെ കാലാമ്പൊഴ്ത്തേക്കും മാറ്റും മണ്ണാത്തീം ഒന്നുണ്ടാ വില്ല്യന്നാ തോന്നണെ.'

ശരിയാരുന്നു. മൂകാമ്മി മരിച്ചപ്പൊ മക്കള് അലക്കു നിർത്തി.

വിളക്കത്രോള് വല്ല്യേ തുണി ക്കെട്ടായിട്ടാ വര്യ .കഞ്ഞി മുക്കി നീലം മുക്കി വെയിലത്തിട്ടു കൊണ്ടരണ തുണികൾ. തോട്ടിന്റെ കിഴക്കേ കരേ ല് വിളക്കത്രോളും (വിളക്കത്രോൾ ടെ പേരെനിക്കറിയില്ല;) പടിഞ്ഞാ റെ തലേല് മൂകാമ്മീം അലക്കോട് അലക്കാവും. കുളപ്പുരേടെ മതിലിലി രുന്നാ ആഞ്ഞു തല്ലുന്ന തുണികളുടെ ഒച്ചേം മൂകാമീടെ പിറുപിറുപ്പും വെളക്കത്രോൾടെ താളാനുഗത ചലനവും ദൂരെ തോട്ടിൽ കണ്ടും കേട്ടു മിരിക്കാം വെളുപ്പിനേ മുതൽ.

വിഷു ദിവസം അവരുണ്ടാവില്ല.

വിഷുത്തലേന്ന് കൈനീട്ടോഹരി (കൈ നീട്ടം, അരി, പപ്പടം, ചക്ക, മാങ്ങ, വെളിച്ചെണ്ണ, കോടി മുണ്ട്, ചക്ക വറുത്തത്) എല്ലാം അലക്കിയ മുണ്ടിൽ കിഴികെട്ടി വാങ്ങിക്കൊണ്ടോവും രണ്ടാളും. ഇന്നതൊക്കെ ഓർ മ്മയായി. വെളക്കത്രോളെ പിന്നെ പിന്നെ കാണാതായി. മൂകാമി മരി ക്കുവോളം തലയിൽ തുണിക്കെട്ടുമായി വന്നിരുന്നു.

ഓർമ്മക്കെട്ടിലെ പഴന്തുണികൾക്ക് കഞ്ഞിവെള്ളത്തിലെ നീലത്തിൽ

മുക്കിപ്പിഴിഞ്ഞ് വെയിലത്തുണക്കിയ മണം. മുഴുവൻ തുറക്കാൻ സമ്മ
തിക്കാതെ 'അമ്മീ... അമ്മീ...' എന്ന ദിവുട്ടന്റെ വിളി. അടുക്കളേന്ന് ചെറി
യമ്മ. സെറ്റുമുണ്ടുടുപ്പിക്കാൻ അമ്മു.

വിഷുപ്പക്ഷികളുടെ ശബ്ദം നിന്നിരിക്കണു. ജീവിതത്തിന്റെ മധ്യാഹ്ന
ച്ചൂട് അരിച്ചിറങ്ങി വരുന്നു.

പിന്നാക്കം പോവാം.... ഓർമ്മച്ചെപ്പിൽ മഞ്ചാടിമുത്തുകൾ കാണും.
അതെടുത്ത് കൺ നിറയെ കണ്ട് തിരിച്ചു പോരാം : പക്ഷെ, ഭാവി...
സങ്കൽപ്പിക്കാൻ ന്തോ മനസ്സിനൊരു മടി. വർഷങ്ങൾ കഴിഞ്ഞാ ഭൂമുഖ
ത്ത് മനുഷ്യർ എങ്ങനാരിക്കും?! വൈകാരിക ഭാവങ്ങൾ ചില്ലുകൂട്ടിലിട്ട്
അടച്ച് പടച്ചട്ടയണിഞ്ഞ കോലങ്ങൾ ചുറ്റിനും നിന്നാൽ!! വയ്യ !

ചിന്തിക്കാൻ ന്തോ ഒരു വൈക്ലബ്യം.

ജാനോമ്മയും വിളക്കത്രോളും

മൂകാമീം ഒക്കെ നടന്നു പതിഞ്ഞ വരമ്പുകളിൽ നോക്കി ഞാനൊ
ന്നു നിന്നു.... നി അവർ 'കുട്ട്യേ' ന്നു വിളിച്ച് വരില്ല ന്ന് അറിയാമെങ്കി
ലും ബാലിശമായി അവരെ ഒരു നോക്കു ഞാൻ കണ്ടു... പാട വരമ്പിൽ
എന്റെ മുന്നിൽ ഒരു നിമിഷം !!

ബാല്യത്തിന്റെ കുഞ്ഞു മനസ് കൊണ്ട് വിഷുവോർമ്മകളുടെ ഭാണ്ഡ
ക്കെട്ട് മെല്ലെന്നൊന്ന് തുറന്ന് അടച്ച പ്രതീതി.

വാർദ്ധക്യ സാമീപ്യങ്ങൾ

ഏറെ പഴക്കം ചെന്നതാണ് കോലോത്തെ ആട്ടുകട്ടിൽ. അതിലിരു
ന്ന് മര ജനലഴികളിലൂടെ പുറത്തേക്കു നോക്കുമ്പൊ ഭഗോതിക്കാവിലെ
തോളിൽ കയ്യിട്ടു നിൽക്കുന്ന ചെമ്പരത്തിയുടേയും കൂവളത്തിന്റെയും
ചില്ലകൾ കാണാം. ചെമ്പരത്തിയിലേക്ക് പടർന്നു കയറിയ മുല്ലവള്ളിക
ളിൽ അങ്ങിങ്ങായി പൂമൊട്ടുകൾ വന്നു തുടങ്ങിയിരിക്കണു. ചെറുകിളി
കൾ കൊക്കു നീട്ടി ചെമ്പരത്തിപ്പൂവിലെ തേൻ കുടിക്കുന്നു. എവിടെ
നിന്നോ പാറി വന്ന അപ്പൂപ്പൻ താടികളിൽ രണ്ടെണ്ണം ഒരു കൂവളക്കൊ
മ്പിൽ ഉടക്കി നിന്നു.

ഓർമ്മകൾ ഇന്നൽപ്പം കൂടി അകലെ കൊളുത്തി നിൽക്കുന്നു.

കോലോത്തെ ഏകാന്തതയയിൽ ചില വീണു കിട്ടുന്ന സന്ദർഭങ്ങളു
ണ്ട്. തെക്കേ വീട്ടിലെ വെളുത്തേടത്തെ അമ്മാളു അമ്മക്ക് പലഹാരം
കൊണ്ട് പോകലും കിഴക്കേ പുരയിലെ എമ്പ്രാന്തിരി മുത്തശ്ശന് വെറ്റി
ല ഇടിച്ചു കൊടുക്കലും എനിക്കു തന്നിരുന്ന ആശ്വാസവും ആത്മവി
ശ്വാസവും ചെറുതല്ല. അമ്മയുടെ അനുവാദത്തോടെ മുത്തശ്ശൻ കാണാ
തെ വേണം യാത്ര.

കയ്യിലൊരു തൂക്കുപാത്രത്തിൽ പ്രാതൽ ഉണ്ടാവും അമ്മാളു അമ്മ
ക്ക് .പടിക്കൽ എന്റെ നിഴലു കാണുമ്പഴേക്കും അമ്മാളു അമ്മ അവരു
ടെ പഴയ വൈക്കോൽ വീടിന്റെ ഇറയത്തു നിന്ന് കുനിഞ്ഞിറങ്ങി വരും.
ഒരു ഒറ്റമുണ്ട് മാത്രം വേഷം. നെറ്റിയിൽ നീണ്ട ഭസ്മക്കുറി. വെഞ്ചാമ
രം പോലെ തിളങ്ങുന്ന വെളുത്ത മുടി. നീണ്ട കമ്മല് പോലെ ചുമലറ്റം
വരെ നീണ്ടു കിടക്കുന്ന കമ്മലില്ലാത്ത കാതുകൾ (മുത്തശ്ശി പറഞ്ഞിരു
ന്നു ഒരിക്കെ അത് അങ്ങനെ നീട്ടിയതാണെന്ന്. എന്തേ മുത്തശ്ശീടെ നീട്ടാ
ത്തൂ ചോയ്ച്ചപ്പൊ അതിനുള്ള വയസ്സായില്ല ന്ന് പറഞ്ഞു)

കഴുത്തിലൊരു അര മുത്തുമാല .നീണ്ട് മടിത്തട്ടു വരെ എത്തിക്കിട
ക്കുന്ന അമ്മിഞ്ഞകൾ (അതും നീട്ടിയതാണോ ന്ന് സംശണ്ടാർന്നു. മുത്ത
ശ്ശിയോട് ചോയ്ക്കാനും ധൈര്യല്ലാർന്നു അന്ന്.)

നനുനനുത്ത ,പഞ്ഞി പോലത്തെ, മിനുസമുള്ള കൈയും കാലും !

(അമ്മ പറഞ്ഞു അമ്മാളു അമ്മക്ക് 94 വയസായി. വയസായാൽ എല്ലാ
രടേം കയ്യും കാലും അങ്ങനാവും ന്ന്. അതോണ്ടെനിക്ക് വയസാവാൻ
കൊതിയാരുന്നു)

പ്രാതല് കൊണ്ടു കൊടുത്താൽ ഏറെ ഇഷ്ടത്തോടെ ചേർത്തു നിർ
ത്തി നിറുകിൽ അഞ്ചാറ്

ഉമ്മ

തരും.

'ന്റെ വേശിക്കുട്ട്യാ. വേറാർക്കും തോന്നീലല്ലോ ഈ തള്ളേനെ
നോക്കാൻ .ന്റെ കുട്ടി നന്നായി വരും... നന്നായി വരും...'

പറയലും കണ്ണു നിറഞ്ഞൊഴുകലും ഒപ്പാവും. അമ്മാളു അമ്മേടെ
മക്കളാരും അവരെ നോക്കീരുന്നില്ലത്രെ. പാവം. എങ്ങനാ അവർക്ക് ന
ല്ല അമ്മൂമ്മേ നെ നോക്കാതിരിക്കാൻ കഴിയണ ന്ന് ഞാൻ പലപ്പഴും
ആലോചിക്കാറുണ്ട്.

ആട്ടു കട്ടിലിലിരിക്കുമ്പൊ ദുരെ പൊളിഞ്ഞു പോയ അമ്മാളു അമ്മേ
ടെ വീടു നിന്ന പറമ്പുവരെ കാഴ്ച യുണ്ടാരുന്നു. ഇപ്പൊ ഭഗോതിക്കാ
വിനും അമ്മാളു അമ്മേടെ പറമ്പിനും ഇടക്ക് മാവും റബറും തേക്കുമെ
ല്ലാമായി. എങ്കിലും ഓർമ്മകൾക്ക് ഇന്ന് അമ്മാളു അമ്മേടെ സാമീപ്യം.

പ്രാതൽ കൊണ്ടു കൊടുത്താൽ അത് അപ്പൊ തന്നെ കഴിക്കും. ന്നിട്ട്
ചില പാട്ടുകളുണ്ട് പാടിത്തരാൻ.

'കാട്ടീന്നൊന്നുണ്ടു മൂളുന്നു കണ്ണാ....

ഇങ്ങനെ തുടങ്ങിയാൽ ഏകദേശം 10-12 പാട്ടുകൾ. അപ്പഴേക്കും ഭാർ
ഗ്ഗവിയമ്മ അന്വേഷിച്ചെത്തും.

'കുട്ടി ബടെ കൂട്യോം.. ദാ പ്പ നന്നായെ! മുത്തശ്ശൻ അന്വേഷിക്കണു.
വേഗ ങ്ങട് പോന്നോളു.'

പിന്നെ നിൽക്കില്ല. ഒന്നുകൂടി അമ്മാളു അമ്മേടെ മിനുമിനുത്ത മുടി
തൊട്ടു നോക്കീട്ട് ഭാർഗ്ഗവിയമ്മേടെ കൂടെ ഒരൊറ്റ ഓട്ടായിരിക്കും. കോലോ
ത്തെത്തുമ്പഴായിരിക്കും അറിയ ഭാർഗ്ഗവിയമ്മ പറ്റിച്ചതാ മുത്തശ്ശൻ വി
ളിക്കണൂന്ന് പറഞ്ഞ് ന്ന്! പിന്നെ ചില വാശിയൊക്കെ കൂട്ടും അമ്മയോ
ട് ശരിക്കും മുത്തശ്ശന്റെ ശബ്ദം കേൾക്കും വരെ.

എമ്പ്രാന്താരി മുത്തശ്ശൻ താമസിച്ചേർന്ന കിഴക്കേ പുര മുക്കാൽ ഭാഗം
ഇടിഞ്ഞു പൊളിഞ്ഞു വീണ്ണോക്കുണു. ഏറെ ഓർമ്മകളാ അവിടെ. തട്ടു
മ്പുറത്തെ പൂമുഖത്തിരുന്നാ ആ ഓർമ്മകൾ വീണ്ടും എത്തും. നരച്ച
താടി നീട്ടി വെളുത്ത മുടി അൽപ്പമുള്ള കഷണ്ടിയുള്ള മുത്തശ്ശൻ. പല്ലി
ല്ലാത്ത മോണ കാട്ടി ഒരു ചിരിയുണ്ട് മുപ്പർ കട്ടിലിൻ തലയ്ക്കൽ സൂക്ഷി

ക്കുന്ന കുഞ്ഞുരലിൽ മുറുക്കാൻ ചതച്ചു കൊടുക്കുമ്പൊ.

'മിടുക്കി! കുട്ടി ഇടിച്ചാലെ ശരിയാവൂ ദൊക്കെ.'

അത് കേൾക്കണ്ട താമസം ഉള്ള് നിറയും. എന്നും പോകാൻ അമ്മ സമ്മതിക്കില്ല. അപ്പൊ ഞാൻ തന്നെ പറഞ്ഞു 'എമ്പ്രാന്താരി മുത്തശ്ശാ .. അമ്മ ന്നെ വിടണില്ല്യ ട്ടോ. മുത്തശ്ശനൊന്ന് പറയോ അമ്മോട്.'

എമ്പ്രാന്തിരി മുത്തശ്ശൻ പിന്നെ രാവിലെ ഒരു നേരമായാൽ വിളി യായി.

'രാധേ... കുട്ടീനെ ഒന്നിങ്ങട്ട് വിടോ... തീരെ മുറുക്കാൻ ല്ല്യ വ്ടെ'

വിളി കേട്ടാൽ ഓടാൻ തയ്യാറായി ഞാനും.

എമ്പ്രാന്തിരി മുത്തശ്ശനെ പറ്റി ഒരു പാട് പറയണ കേട്ടിട്ടുണ്ട്. ല്ലാർ ക്കും മുത്തശ്ശനെ അല്പം പേടിയൊക്കെ ഉണ്ടാരുന്നു. അതിന് ചില കാ രണങ്ങളും ണ്ട്. തെക്കേടത്ത് ഒരു ഹനുമാരമ്പലം ണ്ട്. അത് മുത്തശ്ശ ന്റെ പ്രതിഷ്ഠയാണു പോലും! ചേലൂർ ദേശത്ത് ഒരു കാലത്ത് വലിയ ഒടിയൻ ശല്യമായിരുന്നു പോലും! മുത്തശ്ശൻ ഒറ്റക്ക് 6 ഒടിയൻമാരെ രാത്രി തെങ്ങിൽ കെട്ടിയിട്ടു പോലും! പിറ്റേന്ന് രാവിലെ ഒടിയൻമാർ നിന്നിരുന്ന സ്ഥലത്ത് തെങ്ങിൻ ചോട്ടിൽ 6 പോത്തുകളായിരുന്നു പോലും! എമ്പ്രാന്തിരി മുത്തശ്ശൻ അവരെക്കൊണ്ട് സത്യം ചെയ്യിച്ചു പോലും ഇനി ഈ ചേലൂർ ദേശത്ത് കാലു കുത്തില്ലാന്ന്. അങ്ങനെ അവരെ വിട്ടയച്ചൂ ത്രെ. ഇനീം മുത്തശ്ശന്റെ കാലശേഷോം ഭൂത പ്രേതാ ദികൾടെ ശല്യം ഈ ദേശത്ത് വരാതിരിക്കാനാണത്രെ മുപ്പൾ ഹനുമൽ പ്രതിഷ്ഠ നടത്തി പൂജ ചെയ്തിരുന്നത്.

ഇത്രയും കേമനായിരുന്ന എമ്പ്രാന്താരി മുത്തശ്ശനോട് നിയ്ക്കൊഴി കെ മറ്റെല്ലാർക്കും ഭയഭക്തി ബഹുമാനത്താൽ അടുപ്പം കുറവാരുന്നു.

അമ്മാളു അമ്മേം എമ്പ്രാന്താരിമുത്തശ്ശനും ഓർമ്മകളായി. വാർദ്ധ കൃത്തിന്റെ നിറസാമീപ്യങ്ങളായി അവരിന്നും ഓർമ്മകളിൽ ജീവിക്കുന്നു.

കൊയ്ത്തും മെതീം!

വായിലെ പല്ല് മുഴുവൻ പോയീച്ചാലും മാധവിയമ്മയുടെ ചിരിക്ക് നല്ല ഭംഗി ണ്ടാർന്നു. വർഷങ്ങൾക്ക് മുമ്പ് കോലോത്തെ വേലക്ക് കണ്ട താണ്. പിന്നെ ഇപ്പഴാ കാണണെ.

'പൊറത്തേക്കൊന്നും പോവാൻ വയ്യ കുട്ട്യേ ' അവശതയിൽ നിന്ന കന്ന മുഖ പ്രസാദത്തോടെ തന്നെ മാധവിയമ്മ പറഞ്ഞു.

പിന്നെ കുറെ നേരത്തേക്ക് ഞാനാ പഴയ ലോകത്തേക്ക് നടക്ക്വാരുന്നു. ശ്രദ്ധയോടെ കൈ പിടിച്ചും തോളിൽ വച്ചും ഒക്കത്തു വച്ചും നെറുകിൽ ഉമ്മ വച്ചും മുത്തശ്ശി കാണുമോ എന്ന ഭയത്തിൽ എന്നെ കൊണ്ടു നടന്ന മാധവിയമ്മയും ഞാനും!

മകരക്കൊയ്ത്തു കഴിഞ്ഞ് കറ്റ മെതീടെ മേളമാവും. മുറ്റത്ത് മാധ വിയമ്മയും മക്കളും പിന്നെ കുറേ പേരും .എന്തു രസാന്നോ നോക്കി നിൽക്കാൻ! ചെയ്യാനും !കറ്റ മെതീം കാറ്റത്തിടലും നെല്ലളക്കലും വൈക്കോലു തല്ലലും ഒക്കെ അന്ന് ഏറെ രസമുള്ള കാര്യങ്ങളാർന്നു. കണ്ടു കൊണ്ടിരിക്കുമ്പൊ ഒന്നു ചെയ്തു നോക്കാതെ ഇരിക്കപ്പൊറുതി ല്യ. അത് കാണേണ്ട താമസം മുത്തശ്ശി തൊടങ്ങും ' അയ്യോ! ന്റെ കുട്ട്യേ ന്താ യി കാട്ടണെ? ഒക്കെ തൊട്ടശുദ്ധാക്കീലോ! '

അല്പം ഭയചകിതയായി മാധവിയമ്മ പറയും ' സാരല്ല ബ്രാട്ട്യേ ... കുട്ട്യല്ലേ.. മോന്ത്യാമ്പ മുക്കിത്താത്തി തരാ

ശുണ്ഠി കുറയില്ലാ ച്ചാലും മുത്തശ്ശി പിന്നൊന്നും പറയില്ല.

പിന്നെ വൈകുന്നേരം വരെ നല്ല രസാ. ഭക്ഷണത്തിനു നേരാമ്പൊ അമ്മ ഒരു വാഴയിലയിൽ തൈരു ചോറ് കൊണ്ടരും. നീരസത്തോടെ എന്നെ തൊടാതെ അത് മുറ്റത്തിട്ട് പോകും . അതു കണ്ട് ഞാൻ കണ്ണി റുക്കി മാധവിയമ്മയെ നോക്കി ചിരിക്കും .

' കഴിച്ചോളൂ വേഗം ല്ലാച്ച അമ്മക്കും ദേശ്യാവും ;

വിശപ്പുണ്ടാവില്ല സത്യത്തിൽ .നൂറു കൂട്ടം പണികളല്ലേ ? മാധവിയ മ്മക്ക് എന്തിഷ്ടാന്നോ ന്നെ?! മുത്തശ്ശി കാണാതെ നാലഞ്ച് കുട്ടിക്കറ്റ കെട്ടിത്തരും. ഞാനത് കാലോണ്ട് മെതിക്കും .നെൽമണി മുഴുവനായി

വന്നിരിക്കില്ല അപ്പൊ .പിന്നെ ഒരു കല്ല് വച്ചു തരും നിക്ക് . അതിൽ ആഞ്ഞു തല്ലാണ് കറ്റ .

' ആവൂ! വെടിപ്പായി കുട്ട്യേ ' ന്നും പറഞ്ഞ് സന്തോഷത്തോടെ ഒരു എടുക്കലുണ്ട് ന്നെ! മുഖം നിറയെ മുറുക്കി ചുവപ്പിച്ച ചുണ്ടോണ്ട് പിന്നെ ഉമ്മ

വക്കലാണ്.

(ഇത്ര സ്നേഹൊന്നും അമ്മക്കും മുത്തശ്ശിക്കും ഇല്ലാ ന്നപ്പൊ തോന്നും .' സ്വർണ്ണക്കട്ടേ ' ന്നൊക്കെ വിളിക്കും ച്ചാലും കഷായം തരാ നല്ലാതെ മുത്തശ്ശി ന്നെ എടുക്കാറില്ല. അമ്മയാ ച്ച ദേഷ്യം വരുമ്പൊ ' ചണ്ടീ 'ന്നൊരു വിളീം. മാധവിയമ്മ അങ്ങനൊന്നല്ല. പിന്നെന്തിനാ പ്പ അവർ മാധവിയമ്മേനെ തൊടുമ്പൊ വെറുതെ ശകാരിക്കണെ ?! വല്ലാത്ത സൂക്കേടൊന്നേയ് !നിക്കിഷ്ടല്ല ദ്)

'മുത്തശ്ശി കാണണ്ട .നി വ്ടെ ഇരുന്നോളൂ . അന്തിക്ക് കൊളത്തില് മുക്കി തരാം'

നിക്കിരിക്കാനല്ല ഷ്ടം. പിന്നേം പണ്ണ്യോളില്ലേ? നെല്ല് കാറ്റത്തിടണം. ചേറണം.

എല്ലാ സാമഗ്രികളും സ്റ്റോക്കുണ്ടാവും മാധവിയമ്മേടേല് . അതോ ണ്ടാ എനിക്കേറെ ഇഷ്ടം. കുഞ്ഞു മുറം ണ്ടാക്കി തന്നിരുന്നു എനിക്ക് നെല്ലു ചേറാൻ .

വൈകീട്ടാമ്പൊ പറഞ്ഞ പോലെ ന്റെ കുഞ്ഞു ഷിമ്മി ഊരി നനച്ച് കുളത്തില് മുക്കി വക്കും എന്നെം വെള്ളത്തില് നിർത്തീട്ട് മാധവിയമ്മ കരക്ക് കേറും .തുടർന്ന് അമ്മ വന്ന് ഷിമ്മിയോടൊപ്പം തന്നെ എന്നോ ടും മുങ്ങാൻ പറയും .മുങ്ങിക്കേറുമ്പൊ എന്നേയും ഷിമ്മിയേയും അമ്മ നീരസത്തോടെ പിടിച്ചു കേറ്റും.

തല തുവർത്തി തോട്ടത്തിലൂടെ കോലോത്തേക്ക് അമ്മേടെ പുറകെ നടക്കുമ്പൊ ചിരിച്ചോണ്ട് വെറുതെ വിളിക്കും ' അമ്മേ ....' (ദേഷ്യം പോയോന്നറിയാനാ !)

ഉത്തരം കിട്ടില്ല .വീണ്ടും വിളി തുടർന്നാൽ തിരിഞ്ഞു നിന്ന് ദേഷ്യ ത്തോടെ ചുണ്ടുകടിച്ച് പറയും ' ചണ്ടി' !

ഞാൻ മിണ്ടില്ല.

'നാളെ മുറ്റത്തിറങ്ങി എല്ലാരേം തൊട്ട് അശുദ്ധാക്കണ്ട ട്ടോ' ' പിന്നെ ഉപദേശാണ് .

തൽക്കാലം രക്ഷക്ക് വേണ്ടി തലയാട്ടും പക്ഷെ ,അമ്മയ്ക്കറിയാം എന്റെടുത്ത് ഒന്നും നടക്കില്ലാന്ന് ! മാധവി അമ്മ പണിക്കു വന്നാൽ

ഞാൻ ഇറങ്ങാതിരിക്കില്ലാന്ന്. അമ്മയെ വേദനിപ്പിക്കാതിക്കാൻ വേണ്ടി മാത്രം തലയാട്ടണതാന്ന് !

(പിന്നെ പിന്നെ രക്ഷയില്ലാണ്ടായി എന്നെക്കൊണ്ട് .... അവര് മാറാൻ തന്നെ തീരുമാനിക്കേണ്ടി വന്നു : പര പരാന്ന് ഓടി നടന്ന് ദേഷ്യം പിടി പ്പിക്കില്ല : പക്ഷെ എല്ലാം തൊട്ടു കൂട്ടി ' അശുദ്ധില്ലാ ലോ ' ' നിക്ക് കാണാൻ ല്യാലോ ' ന്നൊക്കെ പറഞ്ഞ് അവരുടെ ശുണ്ഠി മാറ്റണ തമാശ കാണിക്കും.)

(ഒരു കാലഘട്ടത്തിന്റെ ഇരുളടഞ്ഞ ബന്ധനങ്ങളുടെ കറുത്തിരുണ്ട ചങ്ങലപ്പാടുകൾ കൊളുത്തി വലിക്കുന്നു പ്രജ്ഞയെ !)

(മാധവിയമ്മ ഒരു പാട് ചിരിച്ചു. പഴയ കാര്യങ്ങൾ പറഞ്ഞു കൊണ്ട് അമ്മയേയും മുത്തശ്ശിയേയും സ്നേഹത്തോടെ സ്മരിച്ചു കൊണ്ട് ! കുളത്തിൽ എന്നെ മുക്കിത്താഴ്ത്തിയ കാര്യം പറഞ്ഞാ ഏറെ ചിരിച്ചെ. നിക്ക് ചിരിക്കണോ കരയണോ അറിഞ്ഞില്ല പക്ഷെ ഒന്നറിഞ്ഞു നിഷ് കളങ്കമായ മാധവിയമ്മേടെ സ്നേഹം . അമ്മേം മുത്തശ്ശീം ഇപ്പൊ എന്റെ കൂടെ ഉണ്ടായിരുന്നെങ്കിൽ ഈ ചിരിയിൽ ഈ സ്നേഹത്തിൽ ഇവരെ ല്ലാരും ഒന്നിച്ചു കൈ കോർത്തേനെ തീർച്ച !!)

അങ്ങനെ എത്ര കൊയ്ത്തു കാലങ്ങൾ! മുത്തശ്ശി മരിച്ചത് ഞാൻ എട്ടാം ക്ലാസിൽ പഠിക്കുമ്പഴാർന്നു . ചീത്ത പറയാൻ മുത്തശ്ശനും ല്ലാ ണ്ടായി ആറു മാസത്തിനുള്ളിൽ .

പിന്നെപ്പിന്നെ അമ്മ ഒട്ടും സമ്മതിച്ചില്ല മുറ്റത്തിറങ്ങാൻ.... മെതിക്കു കൂടാൻ , വൈക്കോലു തല്ലാൻ, നെല്ലു കാറ്റത്തിടാൻ ....വല്യ്യ കുട്ടികൾ അങ്ങനെ എപ്പഴും മുറ്റത്തിറങ്ങാൻ പാടില്ല എന്ന് അമ്മക്ക് ശാഠ്യം. (അതെ ന്തിനാ വോ അങ്ങനൊക്കെ ! ദൊക്കെയാണ് ഞാനും അമ്മയും തമ്മിൽ അന്നൊക്കെ ചേരാതിരിക്കണ കാര്യങ്ങള് . എന്നിട്ടൊരു പറച്ചിലാർന്നു കുട്ടി വാശിക്കാരിയാ ന്ന്!) .

ഒന്നു രണ്ടു തവണ കൂടി മാധവിയമ്മ വക്കാലത്തു നിന്നു. പിന്നെ അവരും സമാധാനിപ്പിച്ചു ' വേണ്ട കുട്ട്യേ .. വല്യമ്പ്രാട്ടിക്ക് ഷുല്യാത്ത തൊന്നും ചെയ്യണ്ട. ഒക്കെ നോക്കി കാണണ്ടാവും എവിടേങ്കിലും നിന്ന് . മരിച്ചു ച്ചാലും മനസ് ഇവിട്യാവുലോ'

കണ്ണു നിറയും ന്റെ അതു കേൾക്കുമ്പൊ ! അനുസരിക്കണുണ്ടോ ന്ന് നോക്കാനെങ്കിലും മുത്തശ്ശിക്കൊന്ന് വന്നൂടെ ന്ന് പലപ്പഴും ചിന്തി ക്കും. പിന്നെ എന്റെ ഏകാന്തതയിൽ ഒറ്റക്കിരുന്നു കരയും അവരൊ ന്നും ഇനി തിരിച്ചു വരില്ലാ ന്ന് അറീമ്പൊ .

'കുട്ടിക്കതൊക്കെ ഓർമ്മ ണ്ടോ ആവോ! കൊയ്ത്തും മെതീം ഒക്കെ!

അതൊക്കെ ഒരു കാലാർന്നു ' കണ്ണടയുടെ വൃത്തത്തിലൂടെ രണ്ടു കണ്ണും നിറച്ച് മോണകാട്ടിയ ചിരിയോടെ നിൽക്കുന്നു മാധവിയമ്മ.

രാവിലെ മുതൽ അന്തി വരെ പണിയെടുത്ത് രസിച്ച എന്നെ അന്തിക്ക് കുളത്തിൽ മുക്കി തിരിച്ചു പോവുമ്പൊ മുഖത്തു കണ്ടിരുന്ന അതേ ചിരി. പക്ഷെ നിക്കെന്തോ ഓർമ്മകളുടെ പിടിയിൽ നിന്നൂരി ചിരിക്കാനായില്ല: ഉള്ളിൽ ഒരു നോവ് വീണ്ടും തലപൊക്കുന്നു   കുളത്തീന്ന് കേറി വരുമ്പൊ ശകാരിക്കാൻ അമ്മേം മുത്തശ്ശീം മുത്തശ്ശനുമൊന്നും കോലോത്തി ല്യാലോ ന്ന നോവ്.

'കുട്ട്യേ'

'അ :!'

കണ്ണു നിറഞ്ഞു : മാധവിയമ്മേനെ

കെട്ടിപ്പിടിച്ച് നിറച്ച്

ഉമ്മ

കൊടുത്ത് തിരിഞ്ഞു നടന്നു ഞാൻ വീണ്ടും വർത്തമാനത്തിന്റെ നടവരമ്പിലൂടെ ഓർമ്മകളുടെ ആ കുളിർ തെന്നലിനെ സ്നേഹത്തോടെ നെഞ്ചോട് അടുക്കിപ്പിടിച്ച് ഒരു ദീർഘ നിശ്വാസത്തിന്റെ ആശ്വാസത്തോടെ!

വേനൽ മഴ!

ഒരു വേനൽ മഴ കിട്ടിയെങ്കിൽ ഈ ചൂടൊന്നു ശമിച്ചേനെ!

പക്ഷെ അതിന്റെ ശീതളിമ അടുത്ത ദിവസത്തെ വെയിലിൽ ഇല്ലാതാകുമല്ലോ ന്നോർത്തപ്പൊ പിന്നെ ഈ ചൂട് സഹിക്ക്യ ന്നെ ഭേദം ന്നും തോന്നി.

'അമ്മീ......'

ദിവ്യൂട്ടന്റെ വിളി വീണ്ടും

'അമ്മീ ..... ബാ'

അവന് ഇപ്പൊ എന്തിനും ഏതിനും ന്റെ കൂട്ടു വേണംന്നായി. എനിക്കാണെങ്കി വേറെന്തു വേണം!

ചൂടു സഹിക്കവയ്യാതെ പൂമുഖത്തെ പഴയ ഓടു പതിച്ച തറയിൽ മേലെ നോക്കി കിടക്കുമ്പൊ ഓടി വന്ന് കയ്യും പിടിച്ച് വീണ്ടും വലി!

'അമ്മീ .... ബാ...'

ചൂടു കുറക്കാൻ മുടിയെടുത്ത് വാരിക്കൂട്ടി കേറ്റി മുന്നിലേക്ക് കുടുമ കെട്ടി വച്ച എന്റെ രൂപം കണ്ട് രണ്ടര വയസുകാരൻ ചിരിയോടു ചിരി!

'അമ്മീ ... തുടി ..തുടി..'

'ത' യും 'മ' യും ഒരു പോലെയാണവന് .

എന്റെ മുടിക്കെട്ട് ചൂണ്ടി അവൻ ചിരിയോടു ചിരി!

കണ്ടു നിന്ന ഞാനും കുറെ ചിരിച്ചു.

ഓർമ്മകൾ ഏറെ ദൂരേക്ക് കുതിരപ്പുറത്തു കേറി യാത്ര പുറപ്പെട്ടതായി ഞാൻ അറിഞ്ഞു.

ഉത്സവത്തലേന്ന് അപ്പു അയ്യരും സംഘവും കോലോത്തെ കയ്യാലയിൽ എത്തും മുമ്പ് തന്നെ എത്തുന്ന ഒരാളുണ്ട്. വെളുത്തു മെലിഞ്ഞ് എല്ലു രൂപവും നീണ്ട മുഖവും വെളുവെളാ നരച്ച മുടി പിൻഭാഗം നിരപ്പാക്കി വെട്ടി മുൻഭാഗത്ത് നീട്ടി വളർത്തിയ മുടി വാരി പിടിച്ച് സൈഡിലേക്ക് കുടുമ കെട്ടി ഒരു കാരണവർ. എല്ലാരും അദ്ദേഹത്തെ ' കുടുമി അമ്മാവൻ ' ' കുടുമി ച്ചേട്ടൻ' ' കുടുമി മുത്തശ്ശൻ ' എന്നൊക്കെയാണു വിളിച്ചിരുന്നത് അദ്ദേഹം ഇല്ലാതിരുന്ന സമയത്തൊക്കെ. നേരിട്ട് വിളി

ക്കാൻ ആർക്കും ധൈര്യമില്ലാ താനും!

അമ്മയുടെ തറവാട്ടിലെ കാരണവരായിരുന്നു അദ്ദേഹം. പഴയ ആചാ രങ്ങളും ക്രിയകളും മൂപ്പരുടെ നേതൃത്വത്തിലാണ് കോലോത്ത് നടന്നി രുന്നത്. ഉത്സവത്തിന്റെ ചടങ്ങുകൾക്കും പിന്നെ തുടർന്നുള്ള സദ്യയു ടെ നടത്തിപ്പിനും കോലോത്തുണ്ടാകുന്ന കാതു കുത്ത് മുതൽ ചോറൂ ണ്, ജൻമദിനം, ഉപനയനം, വിവാഹം, ഷഷ്ടിപൂർത്തി ,സപ്തതി, നവ തി, ശ്രാദ്ധം, എന്നു വേണ്ട എന്തു കാര്യങ്ങൾക്കും കാർമ്മികത്വം അദ്ദേ ഹത്തിനായിരുന്നു.

ദേശമംഗലത്തൂന്ന് 10-12 കിലോമീറ്റർ നടന്ന് കോലോത്തെത്തിയാൽ ഒരു കാലു കഴുകലും പിന്നെ കൈയും മുഖവും കഴുകി കയ്യിൽ വെള്ളം പുരട്ടി കുടുമയിൽ തേച്ച് മലർന്നുകൊണ്ട് ഉമ്മറത്തെ കട്ടിലിൽ ഒറ്റ കിട പ്പാണ് മൂപ്പർ.

' ഓംകാരമായ പൊരുൾ മൂന്നായ് പിരിഞ്ഞുടനെ ....'

സ്പഷ്ടവും സ്ഫുടവുമായി പിന്നെ ഓരോ ശ്ലോകങ്ങളുടെ കെട്ടഴി യുകയായി. ഉച്ചത്തിലുള്ള നാമജപം കേൾക്കുമ്പഴായിരിക്കും എല്ലാരും പെട്ടെന്ന് ശ്രദ്ധിക്കുക. അമ്മ ഉടനെ ഒരു ലോട്ട (ഒരു ചെമ്പു കൊണ്ടു ള്ള ഗ്ലാസിനേക്കാൾ വലിയ ഏകദേശം രണ്ടു നാഴി വെള്ളം കൊള്ളുന്ന കഴുത്തിടുങ്ങിയ കുടത്തിന്റെ ആകൃതിയിലുള്ള പാത്രം) നിറയെ മോ രും വെള്ളമെടുത്ത് വരും.

ഒരു ശ്ലോകം കഴിഞ്ഞാൽ ഒന്നെഴുന്നേറ്റ് മൂപ്പർ ആ സംഭാരം ഒറ്റ മോ ന്തിന് കുടിക്കും! 'ഹൗ! എന്താ ചൂട്!' കയ്യിലെ പാള വീശറി കൊണ്ട് വീശി കുടുമയിൽ തടവി ഒരു ദീർഘനിശ്വാസത്തോടെ അല്പ സമയം ഇരിക്കും

പിന്നെ വീണ്ടും അടുത്ത ശ്ലോകം. ഉച്ചത്തിലായിരുന്നു നാമജപം. സദ്യക്ക് അപ്പു അയ്യരാരുന്നു പ്രധാന ദേഹണ്ണം. ഏറെ കാലം അപ്പു അയ്യരുടെ വീട്ടുകാർ കോലോത്ത് ദേഹണ്ണമുണ്ടായിട്ടുണ്ട്. കാതിൽ ഒരു കടുക്കൻ .ഇരു നിറം .നീണ്ടു മെലിഞ്ഞ ദേഹത്ത് ഒരു ഒറ്റമുണ്ടും കട്ടി യുള്ള പൂണൂലും' .വട്ട മുഖവും ചട്ടി പോലെ മിനുമിനുത്ത കഷണ്ടിത്ത ലേം .രാത്രി കഷ്ണം മുറിക്കാൻ കുടുമി അമ്മാവനും സഹായിക്കും. ഒപ്പം രണ്ടാളും കൂടി കഥകളിപ്പദങ്ങളുടെ മേളവും. ഞാനും അവരെ ചുറ്റിപ്പറ്റി നിൽക്കും .അപ്പു അയ്യർക്ക് പുകലമുറുക്കുണ്ട്. കുടുമി അമ്മാ വന് മുറുക്കോ മറ്റ് ശീലങ്ങളോ ഒന്നുമില്ല. ശ്ലോകങ്ങളും കഥകളിപ്പദങ്ങ ളും ഇടതടവില്ലാതെ പാടിക്കൊണ്ടിരിക്കുമെന്നു മാത്രം. അതിനിടക്ക് എല്ലാടത്തും ഭയങ്കര കാര്യസ്ഥതയാണ്.

'ഡോ ബ് ടെ വാധോ' ചെറിയച്ഛന്മാരോടൊക്കെ ചില വർത്താനങ്ങ ളുണ്ട് ഇടക്ക്. എന്നോട് ചോയ്ക്കും 'കഷ്ണം മുറിക്ക വയ്ക്കോ ?'

ഞാൻ അടുത്തു ചെല്ലും .കുറച്ചെന്തെങ്കിലും സഹായിക്കാൻ മുളക് ഞെട്ടി കളയാനാവും മിക്കവാറും തരും എനിക്ക് മടുക്കുമ്പൊ ഞാനവ രുടെ ശ്രദ്ധ വെട്ടിച്ച് തിരിച്ചു പോരും. ഇത് മനസിലാക്കി ഒരീസം അമ്മോ ട് പറഞ്ഞു മൂപ്പർ 'കുട്ടി ..ഒന്നും മുഴുമിപ്പിക്കില്യല്ലേ? ശ്രീ പ്രാവിശ്യായി കാണണു. ഒരു പണി കൊട്ത്താ പകുതിക്കിട്ട് ഓടാ'

അമ്മ ഒന്നും പറഞ്ഞില്ല.

'ഉം. അതിനെ പറഞ്ഞിട്ടും കാര്യല്ല്യ'

ഒരു ഉൽസവത്തലേന്ന് മൂപ്പർ ചോദിച്ചു ന്നോട് :

'കുട്ടിക്കീ ഉത്സവത്തിന്റ് കഥ നിശ്ശുണ്ടോ?'

'ല്ല്യ'

'ന്നാ കേട്ടോളൂ. നി നിശ്ശല്ല്യാന്ന് പറയരുത്'

'ഉം'

'ബ്ടത്തെ വല്ല്യേ കാരണോമ്മാര് രണ്ടാള് ശ്രീ പ്രതാപികളായിരുന്നേ യ്! എട്ടാനിയമ്മാര് രണ്ടാളും കൂടി ആനേ നടക്കിരുത്താൻ പോയി വിരു ട്ടാണത്ത്. അടിയോള് മാര് (അവിടത്തെ ശാന്തിക്കാര്') പറഞ്ഞുത്രെ 'ആനെ തന്നാ അതിന്റെ ചെലവു താങ്ങില്യ. ഒരു വേല ങ്ങട് ഏറ്റെടു ത്ത് നടത്തിക്കോള'.'

'അതിനെന്താ ആയ്ക്കോട്ടെ ' ന്ന് ഇവര് .

അങ്ങനെ അന്നു തൊടങ്ങീതാ ഉത്സവം .വിരുട്ടാണത്തെ ഏഴാം കളം വേല. 10 ദിവസത്തെ ഉത്സവത്തില് ബാക്കി ഒക്കെ പല ദേശക്കാരാണേ'

ആഹാ! എനിക്ക് കൗതുകം തോന്നി. പലപ്പോഴായി ഇത്തരം പഴയ കാര്യങ്ങള് പിന്നെ അദ്ദേഹം പറഞ്ഞു തന്നു തുടങ്ങി. അന്നു മുതലാ ണത്രെ ഈ കോലോത്തിന് ' ആനക്കോവിലകം ' എന്ന് പേര് വീണത്.

സംസ്കൃത ഭാഷയില് നിപുണനായിരുന്നു അദ്ദേഹം. ഒത്തു കിട്ടിയ സന്ദർഭങ്ങളില് ചില ശ്ലോകങ്ങളുടെ അർത്ഥം സവിസ്തരം മൂപ്പർ പറ ഞ്ഞു തന്നേർന്നു.

'രാധേ .... കുട്ടിക്ക് വാസന ണ്ട് സംസ്കൃതം പഠിപ്പിച്ചേോള'

മൂപ്പരുടെ പദപ്രയോഗത്തില് ചില വാക്കുകൾടെ അർത്ഥം എനിക്ക് അറീലാരുന്നു. പക്ഷെ നല്ല രസാർന്നു കേട്ടിരിക്കാൻ. മൂപ്പരില്ലാത്ത പ്പൊ അവ ഞാൻ മെല്ലെ പറഞ്ഞു നോക്കിയിരുന്നു. ചില ശ്ലോകങ്ങള് ഹൃദി സ്ഥവുമാക്കി അദ്ദേഹത്തെ കേൾപ്പിച്ചിരുന്നു. അങ്ങനെ ആദ്യത്തെ പേരു ദോഷം ഞാൻ പതിയെ മാറ്റി എടുത്തു.

അദ്ദേഹം ഉറക്കെ ഉറക്കെ ശ്ലോകങ്ങൾ ചൊല്ലിക്കൊണ്ട് തന്നെ സ്വഛഃന്ദ മരണം വരിക്കയായിരുന്നു വത്രെ. മരിക്കുന്നതു വരെ കോലോ ത്തെ സംസ്കൃത ശബ്ദമായിരുന്നു .... പിന്നൊരു കൊടും വേനലിൽ ഉത്സവത്തലേന്നും വിശേഷത്തലേന്നും അദ്ദേഹത്തെ കാണാതായി. ദഹ ണപ്പുരയിൽ അപ്പു അയ്യർ നിശ്ശബ്ദനായി

'കുടുമി ഒരാളാർന്നു. ഇ ന്യങ്ങനൊന്നും ഒരാള് അടുത്തെങ്ങും ബ്ടെ ണ്ടാവില്ല. എന്തു കാര്യത്തിലും ആള് കേമനാർന്നു. ' ആരോടെന്നില്ലാ തെ അപ്പു അയ്യർ പറഞ്ഞത് ഓർക്കുന്നു.

വേനൽ കടുത്തു കൊണ്ടേ ഇരിക്കുന്നു. അപ്പു അയ്യരും കുടുമി അമ്മാ വനും ഓരോരോ വേനലിൽ യാത്രയായി.

അവരുടെ ഓർമ്മകൾ ചികഞ്ഞെടുത്ത് എന്റെ കുതിരവണ്ടി തിരി ച്ചെത്തുന്നു.

' അമ്മീ .... എത്ര നേരായി തട്ടിൻ മോളില് ! നിക്ക് ഹാപ്പി കിഡ് കാണാൻ കൂട്ടു വാ... '

നന്നുവിന്റെ അടുത്ത ആവശ്യം വന്നതോടെ കുതിരവണ്ടി നിർത്തി യിട്ട് ഞാൻ അനുസരണയോടെ വർത്തമാനകാലത്തേക്ക് അവളുടെ പുറ കെ നടന്നു.

മഞ്ചാടിമണികൾ

രാവിലെ തന്നെ മഴക്കാറു മൂടിയപ്പൊ അന്തരീക്ഷത്തിന് സന്ധ്യയു
ടെ കുളിർമ്മ.

റേഡിയോയുടെ നനുത്ത ശബ്ദത്തിൽ ഉമ്മറത്തെ ചാരു കസാരയിൽ
അച്ഛൻ പകൽ മയക്കം നേർത്തെ തുടങ്ങി. ഇടക്കിടെ സ്റ്റേഷന്റെ അവ്യ
ക്തത 'ക്രേ' ന്ന ശബ്ദമാകുന്നത് അറിയാതെ തന്നെ കേട്ടുകൊണ്ടിരി
ക്കുന്ന പാട്ടിന്റെ താളത്തിൽ ലയിച്ചു കൊണ്ട് അർദ്ധ നിദ്രയിൽ തലയാ
ട്ടുന്നു അച്ഛൻ .ശബ്ദം അധികരിച്ച് 'പ്രേ!'ന്ന പൊട്ടലും ചീറ്റലുമാവുമ്പൊ
അപ്പുവിന്റെ രംഗപ്രവേശമാകും 'വല്ല്യച്ഛാ ...ന്താത് !' ചോദ്യവും റേഡി
യോ മാറ്റലും ഒന്നിച്ചാവും. ഉറക്കത്തിൽ നിന്ന് ചാടിയെണീറ്റ് പിന്നെ
അവന്റെ പുറകെ ഓട്ടമാകും അച്ഛൻ.

ഉമ്മറത്തെ ഈ കാഴ്ചകൾക്കപ്പുറം ഇന്നും ഓർമ്മയുടെ നനവാർന്ന
തെന്നലിൽ ത്രിസന്ധ്യാ സൂര്യൻ ഇളം കയ്യാൽ തലോടും പോലെ എന്നെ
വിളിച്ചുണർത്തി.

ഈയിടെയായി പലപ്പോഴും ചിന്തകളിൽ ബാല്യ കൗമാരങ്ങൾ ഓടി
യെത്താൻ നിമിഷങ്ങൾ മതി. ഓർമ്മച്ചെപ്പിൽ നിന്ന് ആദ്യം പുറത്തു
വന്ന മഞ്ചാടിമണികൾ

മനസ്സിലേക്ക് ഇതാ ചാറ്റൽ മഴയായ് പൊടിയാൻ തുടങ്ങുന്നു ...

പച്ചവിരിച്ച കുന്നിൻ മോളിലെ പാറക്കെട്ടുകൾക്കും വൻ വൃക്ഷ വേരു
കൾക്കും ഇടയിൽ പഴമയുടെ പ്രൗഢിയോടെ എന്റെ ഹൈസ്കൂൾ....

അയലത്തെ കൂട്ടുകാരികൾ പ്രശീലയും രജനിയും. അവരൊക്കെ
ഇപ്പൊ വലിയ കുടുംബിനികളാണ്. രജനി ചിരിച്ചേ സംസാരിക്കൂ ഞങ്ങൾ
ഒരേ ക്ലാസിലാർന്നു. എന്നോടു പിണങ്ങാനും അവൾക്കാവില്ലാർന്നു. പ്രശീ
ല ഒരു ക്ലാസിനു മൂത്തതാണ്. അവൾ ഇടക്കിടെ പിണങ്ങും. പിണങ്ങി
യാൽ പിന്നെ മുഖം വീർപ്പിച്ചൊരു നടപ്പാ. ഞാനും രജനിയും പുറകിൽ.
ഞങ്ങളെ മുന്നിൽ നടക്കാൻ സമ്മതിക്കാതെ വേഗത ക്രമീകരിച്ച് മുന്നിൽ
നടക്കും. കുറച്ചീസം കഴിയുമ്പൊ ദേഷ്യം തന്നെ കെട്ടടങ്ങും. പിന്നെ ഞ
ങ്ങൾക്ക് നെല്ലിക്കേം മാങ്ങേം 'ഉറുമാമ്പഴോം ഇരുമ്പമ്പുളീം ഒക്കെ തരും

അവൾ.

'അതൊക്കൊരു കാലാർന്നു ല്ലേ കുട്ടേ'

ഇടക്ക് കാണുമ്പൊ രജനി ഓർമ്മകൾ അയവിറക്കും.

പത്താം ക്ലാസ് കഴിഞ്ഞപ്പൊ പ്രശീലയുടെ വീട്ടുകാർ ഇവിടെ വിറ്റു പോയി. പൊന്നാനിയിലോ മറ്റോ അവളുടെ അമ്മ വീടിനടുത്ത്. അതിനു ശേഷം അവളെ കണ്ടിട്ടേ ഇല്ല.

ഏഴാം ക്ലാസ് കഴിഞ്ഞപ്പൊ പാടവരമ്പും കുണ്ടനെടോഴീം മാറി പറ മ്പുകളും വീതി സ്വല്പം കൂടിയ പാതകളുമായി. അപ്പഴും സ്ക്കൂളിലേ ക്കുള്ള 6 കിലോമീറ്ററോളം നടത്തത്തിന് കുറവൊരുക്കാൻ ഒരു ബസു പോലും ഇല്ലാരുന്നു. പ്രശീലയും രജനിയും ഇല്ലച്ച ചെറിയച്ഛന്റെ സൈക്കിൾ. (ഇന്നും ചെറിയച്ഛന്റെ യാത്രകൾ സൈക്കിളിൽ തന്നെ).

പാടവും തോടും ലതേച്ചീടെ പേടിപ്പെടുത്തലും കഴിഞ്ഞു. ഹൈസ് ക്കൂൾ പുതിയ വലിയ ലോകം .കുന്നിൻ മോളിലെ 22 ഏക്കറിലെ വിദ്യാ ലയം.. ഏറെ കുട്ടികൾ. രാവിലെ 8 ന് ഇറങ്ങിയാൽ വിശാലമായ നട ത്തം. സ്ക്കൂളിലെത്തുമ്പഴേക്കും ചില ദിവസങ്ങളിൽ തിരിച്ചു പോരാം സമരം !. ഒരേ ട്രിപ്പിൽ തിരിച്ചു നടക്കുമ്പൊ നല്ല ക്ഷീണമാണ്. ഇടക്കി ടെ ചില താവളങ്ങളുണ്ട് ക്ഷീണം മാറ്റാൻ.

പുതുക്കുളങ്ങരക്കാവിൽ ക്ഷേത്രമില്ല. പാലച്ചോട്ടിൽ ഭദ്രകാളി പ്രതി ഷ്ഠ. അതിനടുത്ത വീട്ടിൽ ഒരു മുത്തശ്ശിയും മക്കളുമാണ് താമസം. വെള്ളം ചോദിച്ചു ചെന്നാൽ മാങ്ങ, ചക്ക ഒക്കെ തരും അവർ. സമര ദിവസം ആദ്യ ക്യാമ്പ് അവിടെ. പിന്നെ കുറച്ചുടി നടന്നു ക്ഷീണിക്കുമ്പൊ ഉച്ച ക്ക് കഴിക്കാനെടുത്ത ചോറ് ആളൊഴിഞ്ഞ പറമ്പുകളിലൊന്നിരുന്ന് കഴി ക്കും. അതിനു ശേഷം തുടർ യാത്ര .പന്ത്രണ്ടു മണിയോടടുക്കും വീട്ടി ലെത്താൻ.

ലതേച്ചി പേടിപ്പിച്ച ഭൂതപ്രേതാ ദികളൊന്നും ഈ യാത്രയിൽ തടസ മായിരുന്നില്ല. ഓർക്കാൻ സമയമില്ലാത്ത നടത്തം. ഒപ്പം വറുത്ത പുളിങ്കു രുവും മധുരക്കിഴങ്ങ് ചുട്ടതും വാ തോരാത്ത വർത്താനവുമായി എന്റെ കയ്യും പിടിച്ചു നടക്കണ കൂട്ടുകാരി ണ്ടാർന്നു രജനി. പിന്നെന്തു പേടി ക്കാൻ!

നാലും ആ ലോകത്തിന്റെ വിശാലത എന്നെ ഭയപ്പെടുത്തായ്കയി ല്ല. ഹിപ്പിത്തലയും കള്ളിമുണ്ടും പൊടിമീശയുമുള്ള അൻവർ കുട്ടി അവന് ടീച്ചർമാര്യൊന്നും ഒരു പേടീം ണ്ടാർന്നില്ല. തല്ല് തന്നെ തല്ല് സമരോം. (എ)ന്റെ സ്ക്കൂളിൽ അധ്യാപികയായി വന്നപ്പൊ ആദ്യം കാണാൻ തോന്നിയത് അവനെയായിരുന്നു. ക്ലാസിലെ കുസൃതിക്കാരെ

കാണുമ്പൊ അവനെ ഓർമ്മ വരും) ആൺ കുട്ട്യളോട് മിണ്ടാനന്നെ പേടിയാർന്നു അന്ന്.

രാജീവാണ് പിന്നെ പേടിയുണ്ടായിരുന്ന ഒരാൾ. രണ്ടു പേരും എല്ലാ വില്ലത്തരത്തിലും മുന്നിലുണ്ടെങ്കിലും എന്നോടെന്തോ രണ്ടാളും സൗമ്യ രായിരുന്നു. (ഒരു പക്ഷെ ക്ലാസിലെ പീക്കിരിക്കുട്ടികളിൽ ഒരാളായതി നാലാവും).

കേട്ടു കൊതിതീരാത്ത നാരായണൻ മാഷുടെ സോഷ്യൽ സയൻസ് ക്ലാസുകൾ!

കൗമാരോത്സുകത വർദ്ധിപ്പിച്ചിരുന്ന സ്നേഹ നിധിയായ വാസന്തി ടീച്ചറുടെ സരസമായ ബയോളജി ക്ലാസുകൾ! കണക്കിനെ പൂ പോലെ പറിച്ചെടുത്ത് കൈകളിൽ ഒരു പൂച്ചെണ്ടായി തന്നിരുന്ന പരമേശ്വരൻ മാഷ് ! മലയാളം മധുരമാക്കിയ പ്രിയപ്പെട്ട ചന്ദ്രൻ മാഷ് !ഏറെ പ്രിയ പ്പെട്ട രാജൻ മാഷുടെ 'ഡി പെണ്ണേ' വിളി ! ഓർമ്മകൾക്കെന്താ സുഖം!

'ഞാ കുട്ട്യേ .. തൊടങ്ങല്ലേ ?'

'നീര... നീരദ വർണ്ണാ....'

കഥകളിപ്പദത്തിന്റെ മുദ്രാ ഭംഗിയോടെ ഭട്ടേരി മാഷ് തുടങ്ങും. (ശ്രീ കെ. എം. എൻ ഭട്ടതിരി മാഷ്) ഒന്നരക്കട്ടേല് പാടാൻ റെഡിയായി ബാ ബു നമ്പൂരി മാഷും.

വലിയ ആ ലോകം വീണ്ടും വിശാലമായി വരികയാർന്നു. മൂന്നു വർ ഷവും മൂന്ന് ബാലെ വേഷങ്ങളും. സീതാപഹരണത്തിലെ രാമൻ, ശകു ന്തളാ പരിത്യാഗത്തിലെ ശകുന്തള, കർണ്ണഭൂഷണത്തിലെ സൂര്യൻ... ക ലയുടെ ലോകം കൂടുതൽ വിശാലമായി. ഇടക്കിടെ ഭട്ടേരി മാഷിന്റെ കവിതകളും ബാബു മാഷിന്റെ പാട്ടുകളും.

എന്റെ സങ്കല്പങ്ങളിൽ എന്നും വർണ്ണചിത്രങ്ങളാൽ നിറച്ചാർത്ത ണിഞ്ഞ വിദ്യാലയം....

നെല്ലിമരങ്ങളുതിർത്ത കുഞ്ഞു നെല്ലിക്കകളും പാറക്കെട്ടിൽ തങ്ങി നിന്ന വെള്ളവും കൗമാരകൗതുകങ്ങളുടെ നിറക്കാഴ്ചകളും പ്രകൃതി കനിഞ്ഞരുളിയ കുന്നിൻ മുകളിൽ ഇന്നും തങ്ങിനിൽക്കുന്നു.

എഴുതാൻ ഏറെയുണ്ട്. വീണ്ടും ദിവുക്കുട്ടന്റെ കരച്ചിൽ

'അമ്മീ' 'ടട്ടേൻ...'

പരാതി തീർത്ത് വരുമ്പഴേക്കും ഓർമ്മത്തെന്നൽ വീണ്ടും തിരിഞ്ഞു വീശുന്നു. വർത്തമാനകാലത്തിന്റെ പൂമുഖത്തേക്ക്.

വിഷയം

വിഷു കഴിഞ്ഞതോടെ വിഷുപ്പക്ഷികളുടെ ശബ്ദം കേൾക്കാതായി.
ചന്ദ്രമാമയെ (സാക്ഷാൽ ആകാശ ചന്ദ്രിക)

തേടിയുള്ള ദിവൂട്ടന്റെ ഓട്ടം കണ്ടു നിൽക്കെ ബാല്യത്തിന്റെ കൗതു കങ്ങൾ വീണ്ടും ഒരിക്കൽ കൂടി മുന്നിലെത്തുന്നു.

'അമ്മീ ....മാമ പോയി' ഇടറി ച്ചുരുങ്ങിയ ശബ്ദത്തിൽ പകുതി ആംഗ്യ വുമായി ഇന്നലെ രാത്രി മഴക്കാറുമൂടിയ മാനത്ത് ചന്ദ്രനെ അന്വേഷിച്ചി റങ്ങിയവൻ.

അമ്പിളിമാമയെ കാണുന്നില്ല എന്ന് പറഞ്ഞൊപ്പിക്കുന്ന കുട്ടി.

അടുത്ത നിമിഷത്തിൽ ജിജ്ഞാസ കലർന്ന സ്വരത്തിൽ

' അമ്മീ... ബാ... തോച്ച്'

പറയലും ഓടലും ടോർച്ചെടുത്ത് വരലും ഒന്നിച്ചായി. ടോർച്ചു തെളി ച്ച് അമ്പിളിമാമനെ തിരയുന്ന അവന്റെ മുഖത്ത് നിരാശയുടെ വേദന സ്പഷ്ടമായി.

'ദിവൂട്ടാ.. മാമ ഉറങ്ങീലോ... മേഘത്തിന്റെ ഉള്ളീന്ന് രാവിലെ എണീറ്റ് വരും ട്ടോ'

കുട്ടിക്ക് അല്പം ആശ്വാസം. എങ്കിലും സംശയം തീർന്നില്ല.

'അമ്മീ...മാമ ... പോയ്' ഉറങ്ങും വരെ ഇടവിട്ട മൊഴി.

'അമ്പാടി തന്നിലൊരുണ്ണിയുണ്ടങ്ങനെ...
ഉണ്ണിക്ക് പേരുണ്ണിക്കണ്ണനെന്നങ്ങനെ...'

ഇന്ന് കാലത്ത് നേർത്തെ വന്നിരിക്കണു വെളുത്തേടത്തെ പാറുക്കു ട്ട്യമ്മ .പഴയ തലമുറയിലെ അവസാന കണ്ണി.

'കണ്ണാ... അമ്പാടി ക്കണ്ണാ... എവടേ ?' ദിവൂട്ടനെയാണു വിളി.

കോലോത്തെ ഏതു കാര്യത്തിനും ഏതു കാലത്തും ആദ്യം ഓടി വരുന്ന ആൾ.

'വയ്യ കുട്ട്യേ... വിളിക്കണ്ടേ അങ്ങട്'

'ആര്?'

'മേലേക്കേ'

'പിന്നെ! ങ്ങളെ മേലേക്ക് വിളിച്ചാ പിന്നെ ഞങ്ങക്കാരാ പാട്ടു പാടി തരാനും പഴയ കഥകള്‍ പറഞ്ഞരാനും?'

ഒരു ചിരി.. വാര്‍ദ്ധക്യത്തിന്റെ സൗകുമാര്യമുള്ള ചിരി. പിന്നെ അവര് പറഞ്ഞില്ല .എന്റെ കണ്ണില്‍ വെള്ളം നിറഞ്ഞുവോ!

'ഭാഗ്യവതിയായി കുട്ടീടെ അമ്മ !'

മരണം സ്വഹരമായി വരിച്ച അമ്മ. ഏതൊരാള്‍ക്കും സമ്മതയായിരു ന്നു മരണം വരെ അമ്മ. കോലോത്തെത്തുന്ന ഏവരും പത്തു പതിനാ റു വര്‍ഷമായി എപ്പോഴും സ്മരിക്കുന്ന വ്യക്തിത്വം. അമ്മയോളം ഉയര്‍ ന്ന് സ്വഹ:ന്ദ മരണത്തെ വരിക്കണമെങ്കില്‍ ചിന്താ തലങ്ങളില്‍ അത്ര യും ഉദാരത വേണം.

ഓര്‍മ്മകള്‍ അമ്മയില്‍ കുരുങ്ങിയാല്‍ തിരിച്ചു വരാന്‍ ഏറെ വൈകു മെന്നതിനാല്‍ ധ്യതിയില്‍ തിരികെ പോന്നു.

പാറുക്കുട്ടിയമ്മടെ ശേഖരത്തില്‍ ധാരാളം പഴം പാട്ടുകളും പഴം കഥ കളും ഉണ്ട്. ഭാണ്ഡം കെട്ടഴിച്ചാല്‍ ഒരു പത്തെണ്ണമെങ്കിലും അവര്‍ പുറ ത്തിടും. ഓര്‍മ്മ വച്ച കാലം മുതല്‍ ഈ രൂപമായിരുന്നു അവര്‍ക്ക്. മെലി ഞ്ഞ ആരോഗ്യമുള്ള പ്രകൃതം .കഷ്ടി അഞ്ച് അടി പൊക്കം. അല്പ മാത്ര നരയോടെ കൊലുത്ത നീണ്ട മുടി. (ഇപ്പൊ അത് വെളുത്തു വെ ഞ്ചാമരമായ ഭംഗി) : ഒറ്റമുണ്ടും ജാക്കറ്റും ഒരു മേല്‍ തോര്‍ത്തും വേഷ വിതാനം .അമ്മാളു അമ്മേടെ മക്കളില്‍ ജീവിച്ചിരിക്കുന്ന ഒരേ ഒരാള്‍. എന്തു ചെയ്യാനും അവര്‍ ഉത്സാഹിയാണ് കോലോത്തു മാത്രം .ചക്ക ചുള പറിക്കാനും മാമ്പഴം പറിക്കാനും കടച്ചക്ക പറിക്കാനും പൂക്കളം ഇടാനും എന്നു വേണ്ട എന്തു ചെയ്യാനും മുന്നിലുണ്ടാവും അവര്‍.

'എത്രീസായി ന്റപ്പേ ഒന്നു കണ്ടിട്ട്? ! ങ്ങനെ വരാതിരിക്കരുത് ട്ടോ ' കോലോത്തേക്കുള്ള സന്ദര്‍ശനത്തില്‍ അല്പം കാലതാമസം വന്നാല്‍ കാണുമ്പഴേക്കും ഓടി വന്ന് കൈ പിടിച്ച് കണ്ണു നിറക്കും അവര് .

നാട്ടുവൈദ്യജ്ഞാനവും ഉണ്ട് അവര്‍ക്ക്. ബാല വൈദ്യം മുതല്‍ വൃദ്ധ വൈദ്യം വരെ ഏതു പ്രായത്തിലുള്ള ആള്‍ക്കുമുള്ള വൈദ്യവും ഉണ്ട് അവരുടെ കയ്യില്‍. മുത്തശ്ശി പറയണ കേട്ടിട്ടുണ്ട് അവരുടെ ധൈര്യത്തെ പറ്റി ആരേം കൂട്ടാക്കാത്ത പൗരുഷപ്രകൃതത്തെ പറ്റി.

ഒരു നൂറ്റാണ്ടിന്റെ പ്രതിനിധി. ധീരമായി ജീവിച്ചു തീര്‍ത്ത ഒരു ജീവി തത്തിന് ഉടമ. ഈ തൊണ്ണൂറാം വയസിലും അമ്പതിന്റെ ചുറുചുറുക്. രാവിലെ അരമണിക്കൂര്‍ പേപ്പര്‍ വായന പുരാണ പാരായണം. അതിനു ശേഷമാണീ കോലോത്തേക്കുള്ള സന്ദര്‍ശനം.

ദിവ്യൂട്ടന്റെ പരാതി ഉറക്കം കഴിഞ്ഞ് വെളുപ്പിനേ കുളിയും കളിയും

കഴിഞ്ഞിട്ടും തീർന്നില്ല.

'അത്തമ്മേ ....മാമ .. പോയ്'

കാര്യം മനസിലാകാതെ അവർ നിന്നു. അവൻ അതു വ്യക്തമാക്കാൻ വീണ്ടും ടോർച്ചുമായി അവരുടെ കയ്യും പിടിച്ച് ഗേറ്റിനു പുറത്തെത്തി സൂര്യൻ തിളങ്ങുന്നആകാശത്തേക്ക് ടോർച്ചടിച്ചു തുടങ്ങി. കാര്യം മന സിലായ അവർ ചിരിയോടു ചിരി.

'കണ്ണാ... സൂര്യ മാമ പോയ അമ്പിളി മാമ വരും ട്ടോ...'

ദിവ്യൂട്ടന് കാര്യം പറഞ്ഞാൽ അറിയാം. പിടിവാശി കൂടാതെ

അവരു രണ്ടാളും കോംപ്രമൈസായി തിരികെ പൂമുഖത്തെത്തിയ പ്പോഴും ഇന്ന് എഴുതാനുള്ള കാര്യം ആലോചിച്ച് ഞാൻ നിശ്ശബ്ദയായി ഇരുന്നിരുന്നു.

'ഞാം പോണു അപ്പേ'

ഒന്നു മൂളിയോ ഞാൻ?! അതോ ഏതോ അവ്യക്തതയിൽ സ്വയം മൗനം പാലിച്ചിരുന്നുവോ! അറിയില്ല.

നങ്കൂരം

ഏതോ നഷ്ട സ്വപ്നങ്ങളുടെ ഓർമ്മപ്പെടുത്തൽ പോലെ പിന്നെയും ചാറ്റൽ മഴ!

മഴ നനഞ്ഞ് കുട്ടികൾ പാടത്ത് ഓടി നടന്നു. പിറകെ ഞാനും!

പാട്ടു ഗ്രൂപ്പിൽ മഴപ്പാട്ടുകൾ പോസ്റ്റിയപ്പൊ സ്മിന ടീച്ചർക്ക് ഏറെ സന്തോഷം. ഓർമ്മത്തോണി നങ്കൂരം വിട്ട് യാത്രക്കൊരുങ്ങി വീണ്ടും!

ഇന്നെങ്ങോട്ടാണു യാത്ര?

ഗതകാലത്തിന്റെ പടിപ്പുരയോളം വെള്ളം കെട്ടി നിൽക്കുന്ന പാട ത്തൂടെ ഓർമ്മ വള്ളം പങ്കായവുമേന്തി യാത്ര തുടങ്ങി.

'കുട്ട്യേ...' ആ വിളി പരിചിതമായിരുന്നു എനിക്ക്.

' ശങ്കരനായാടിയാണേ... അമ്മോട് ഇത്തിരി കഞ്ഞി തരാൻ പറയൂ' ശങ്കര നായാടി!

യ്യോ! ഒരു ഞെട്ടൽ

ഭാർഗ്ഗവിയമ്മയും ജാനകിയമ്മയും പറയാറുള്ള നായാടി.!

കണ്ണൊന്നു തുറിച്ച് ഞാൻ സർവ്വാംഗം നോക്കി അയാളെ !

യ്യൊ! ദൊരു മനുഷ്യനാലോ! കറുത്തിരുണ്ട് മെലിഞ്ഞു നീണ്ട് തലേ ലൊരു തോർത്തു കെട്ടും മുഷിഞ്ഞൊരു മുണ്ടും മാത്രം വേഷം!

പടിപ്പുരേല് കാത്തിരിപ്പിന്റെ നിറ ദിനങ്ങളാണ് സ്ക്കൂളടച്ചാൽ. ഒറ്റ പ്പെടലിന്റെ നോവുകൾ കാത്തിരിപ്പിന്റെ പ്രതീക്ഷയിൽ പടിയിറങ്ങിപ്പോ വുമ്പഴും കണ്ണുകൾ ദൂരെ പാടത്തിനക്കരെ കുണ്ടനെടോഴീന്ന് പൊന്തി വരുന്ന തലകളിൽ കാമാക്ഷി ചെറിയമ്മയും രാധുവേട്ടനും രാജിയും ഉണ്ടോ എന്ന പരതലിലായിരിക്കും. രാവിലെ കുളി കഴിഞ്ഞാൽ നല്ല പാവാടയും ജംബറുമിട്ട് ഇരിപ്പാണ്. കണ്ണൂരുനിന്ന് വരുന്ന ട്രെയിനുകളു ടെ സമയം ദൃഢം. കാത്തിരിപ്പിന്റെ തീവ്രത 2 മണി മുതൽ 5 മണി വരെ കൂടും. പരശുരാമും എക്സിക്യൂട്ടിവും എന്ന പേരൊന്നും അന്ന് നിശ്ചയല്യ. വരും ഈ സമയത്തോതൊക്കെയോ ട്രെയിനെന്ന് കണക്കാ ക്കിയത് പോയ വർഷങ്ങളിൽ അവരെത്തിയ സമയം കണക്കാക്കിയാണ്.

അങ്ങനെയൊരു കാത്തിരിപ്പിലാണ് ഈ വിളി.

'കുട്ട്യേ....'

ഞാൻ എണീറ്റു നടന്നു അടുക്കളയിലേക്ക് .

'അമ്മേ ... നോക്കൂ ... ദാ ശങ്കരനായാട്യാ ത്രേ! ഒരാള് വന്നേക്കണു. കഞ്ഞി വേണം ത്രേ.'

'ഉം. ദ്വാദശ്യല്ലേ ? അതാ. ദാ വരണു'

മുമ്പ് തട്ടിൻപുറത്തെ നിശ്ശബ്ദതയിൽ ദൂരെ കോലോത്തെ പറമ്പി ന്റെ തെക്കെ അറ്റത്തെ മുളമ്പട്ടിലിനപ്പുറത്ത് ഇടവഴിയിൽ ഒരു ശബ്ദം ഇടക്കൊക്കെ കേട്ടിരുന്നു.

'നായാട്യരോ....'

ഉച്ചക്കാണ് വിളി. അതു കേൾക്കെ ഭാർഗ്ഗവിയമ്മയോ ജാനകിയമ്മ യോ അരിയും മുളകും പപ്പടോം ഉപ്പും ഒരു പൊതി കെട്ടി കൊണ്ടുപോ യി കൊടുക്കും.

'കുട്ടി അവടെം ഇവടെം അലഞ്ഞു നടന്നാ ണ്ടല്ലോ നായാടി പിടി ച്ചൊണ്ടോട്ടെ.'

ഇടക്കിടെ ഈ താക്കീതു ണ്ടാരുന്നു ഭാർഗ്ഗവിയമ്മേടെ.

കണ്ണുതെറ്റ്യാ തുടങ്ങും അവർ 'യ്യോ! കുട്ട്യവിടെ കുട്ട്യവിടെ' ന്നിങ്ങ നെ: (ഒരു പാടിഷ്ടം കൊണ്ടാ എന്നെ എന്ന് അപ്പൊ എനിക്ക് തിരിച്ചറി ഞ്ഞേർന്നില്ല).

ഒന്നിനും സമ്മയ്ക്കാതെ ! മണ്ണു തൊട്ടാ നായാടി വരും! വെള്ളത്തി ക്കളിച്ചാ നായാടിക്ക് വരും!

ന്നാ ആ നായാടീനെ ഞാൻ കാണട്ടെ ന്നു വിചാരിച്ച് ഒരീസം ഭാർഗ്ഗ വിയമ്മേടെ കൂടെ നായാടി കൊടുക്കാൻ പോമ്പൊ പുറകെ ഓടി ചെന്ന പ്പൊ മുത്തശ്ശി വക

'കുട്ട്യങ്ങട്ടാ? നായാടി പിടിച്ചൊണ്ടുവും ട്ടോ'

ഉള്ളിൽ ഭയമില്ലാതില്ല തിരിച്ചു നടന്നു.

ഇത്തവണ നായാടി നേരിട്ട് വന്നിരിക്കുന്നു മുന്നിൽ. മുത്തശ്ശി മരിച്ച പ്പൊ പിന്നെ ഭാർഗ്ഗവിയമ്മയും ജാനകിയമ്മയും രാവിലെയും വൈകി ട്ടും മാത്രം വരവായി. ഉച്ചനേരത്തെ നായാടി വിളി മുളം പട്ടിലിന്റെ അപ്പു റത്തു നിന്ന് കേൾക്കാൻ പലപ്പഴും അമ്മക്ക് പണിത്തിരക്കിനാൽ കഴി യാതായി. അങ്ങനെ നായാടി പടിപ്പുരയുടെ മുന്നിൽ വന്ന് ഉച്ചത്തിൽ വിളിയായി. ഉള്ളിൽ പതിഞ്ഞ പേടി കൊണ്ട് ഞാനാ വിളി കേൾക്കെ പലപ്പഴും ഒളിച്ചിരുന്നു.

എല്ലാ ഏകാദശിക്കും മുത്തശ്ശിക്കും അമ്മക്കും നോമ്പാരുന്നു. ഗോത മ്പു ഭക്ഷണമോ ചിലപ്പൊ തുളസി തീർത്ഥവും പഴങ്ങളും മാത്രമായോ അവർ കഴിച്ചു കൂട്ടി. ഏകാദശി ഒരു മുന്നറിയിപ്പു കൂടിയായിരുന്നു എനി

ക്ക് പിറ്റേന്ന് നായാടി വരുംന്ന്.

ക്ഷീണിച്ച ശബ്ദമെങ്കിലും രൂപം ഞാൻ കണ്ടിട്ടില്ലായിരുന്നു. സങ്ക ല്പത്തിൽ ഒരു ഭീകരനായിരുന്നു നായാടി.

ഇത്ര ചെറിയ മനുഷ്യൻ നായാടിയോ! നായാടിക്ക് പേരുമുണ്ടോ?! അയാൾ പറയുന്നു ശങ്കരനായാടി.നായാടി ങ്ങനെ ആവോ!

അമ്മ കഞ്ഞി എടുക്കും വരെ ഞാൻ ചിന്തിച്ചു കൊണ്ടേ ഇരുന്നു.

'അമ്മേ ...ദ ന്യാണോ നായാടി ?'

'അതെ'

പിടിച്ചു കൊണ്ടുവോ ന്ന് ചോദിക്കാൻ പ്രീഡിഗ്രിക്കാരിക്ക് ജാള്യത.

ഞായാലും നായാടീ നെ കണ്ട ഒരൽഭുതാവസ്ഥ.

പിന്നെയും കുറച്ചു കാലം ശങ്കരനായാടി വന്നു. പതിവുപോലെ തലേ ക്കെട്ടിയ തോർത്തുണ്ടിൽ അരീം മുളകും പപ്പടോം ഉപ്പും കിഴികെട്ടി കൊണ്ടായി.

ദ്വാദശി നാളിൽ മാത്രാണ് നായാടി വന്നിരുന്നത് എന്നതിനാൽ അയാൾ ക്ക് കൂടുതൽ അരി നൽകിയിരുന്നു.

'അമ്മേ .. ദെന്താ അവരെ നായാടി ന്ന് പറയണെ?'

' അവർ നാട് ചുറ്റുന്നോരാ .. അവരിൽ പലർക്കും സ്വന്തായി വീടില്ല. അവർ സ്ക്കൂളിലൊന്നും പോവില്ല. അതോണ്ട് ആളുകളുമായി അധി കം സംസാരിക്കില്ല.'

പക്ഷെ അവർക്ക് ദ്വാദശി നാൾ കൃത്യമായി അറിയാരുന്നു.

' അവർ പ്രകൃതിയുമായി ഏറെ ഇണങ്ങിയവരായിരുന്നു. കാലാവ സ്ഥയും മറ്റും മുൻകൂട്ടി അവർ പറഞ്ഞിരുന്നെന്നും അമ്മ പറഞ്ഞു.

പതിയെ എന്റെ ഭയവും മാഞ്ഞു.

പിന്നെ പിന്നെ ആ ശബ്ദം നിലച്ചു.

'നായാട്യ രോ.....'

ന്ന വിളി ഇല്ലാതായി.

പക്ഷെ ഏകാദശി പിറ്റേന്ന് അറിയാതെ ഒരു ചെവി മുളം പട്ടിലിന്റെ പുറകിലെ ഇടവഴിയിലേക്ക് കാതോർക്കും... എന്നെ ഭയപ്പെടുത്തിയ ആ നായാടി ശബ്ദത്തെ...

പിന്നീട് എന്നെ അൽഭുതപ്പെടുത്തിയ ആ മനുഷ്യ രൂപത്തെ ....

പടിപ്പുരക്കപ്പുറം ഒരു നിഴലാട്ടം പോലെ....

മഴ നനഞ്ഞ കുട്ടികൾ പാടത്തു നിന്ന് കോലോത്തെ പടിപ്പുരയിലേ ക്ക് ഓട്ടമായി. പുറകെ എനിക്ക് ഓടാതെ വയ്യ.

ഓർമ്മ വള്ളം ഗതകാല സ്മൃതികളുടെ പടിപ്പുരയിൽ ഒന്നു കൂടി നങ്കൂരമിടുന്നു.

കാളിയമ്മ വന്നത് കഥ പറയാനാണ്

കുറച്ചീസായി കാളിയമ്മയുടെ കഥ കേട്ടിട്ട്. 'അയ്നെങ്ങന്യാ! കാണാൻ കിട്ടില്യല്ലോ! ഒാട്ടല്ലേ ! 'കാണുമ്പൊ എപ്പഴും എന്നോടുള്ള പരാതിയാണ്.

'കാലോണ്ടു വയ്യാത്ത കുട്ടി എവ്ടെ ?'ന്നു ചോദിച്ച് റൂമിലേക്ക് കേറി വന്ന് എന്നെ നോക്കി നിന്നു.

' എന്താ?' ന്നൊരു ചോദ്യം കാലു നോക്കീട്ട്.

' ഒന്നൂല്യ . മുട്ടിന് ചെറിയൊരു വേദന . ഇപ്പൊ കുറഞ്ഞു'

'ഉം...'

സസൂക്ഷ്മം കാലിലേക്കു നോക്കി നെടുവീർപ്പിട്ടു കൊണ്ട് പറഞ്ഞു, 'വയ്യ ... അമ്മടെ പോലെന്നെ ആയോ ?'

'നിക്ക് നിക്കാൻ വയ്യ കുട്ട്യേ . ഞാമ്പടരിക്ക്യാ' ന്ന് പറയലും നില ത്ത് കാലും നീട്ടി ഇരുന്നു.

തിമിരത്തിന്റെ ഓപ്പറേഷനു മുമ്പെ വന്നതാണ് അന്ന് ഞാൻ കയ്യു പിടിച്ചാ അകത്തേക്ക് കൂട്ടി വന്നെ.

'ഇപ്പൊ ഉഷാറായി, ലേ ?'

ഞാൻ ചോദിച്ചു.

'ഉം. കണ്ണാടണ്ട്.'

'എന്തേ വക്കാഞ്ഞെ'?

'അത്ര പവറ് വേണ്ട ച്ച് ട്ടാ. പേരക്കുട്ട്യോളൊക്കെ കണ്ണാട വച്ചാ സില്മാ നടീടെ പേര് വിളിക്യാ ന്നേയ്.'

കാളിയമ്മ ചിരിച്ചു...ഞാനും (ഒരേ ചിന്തയിൽ !)

'എത്ര കൊല്ലം ബടെയൊക്കെ നടന്നതാ... കണ്ണാട ഒന്നും വേണ്ട.'

കഥ പറയാനുള്ള തയ്യാറെടുപ്പിലാന്നു മനസിലായി.

അധികോം അമ്മയാവും പ്രധാന കഥാപാത്രം.

'വെറക് കൊണ്ട്രുമ്പൊ പറയും ഉമ്മറപ്പടി അയ്ത്താക്കണ്ടാ ന്ന് !'

മുത്തശ്ശിയാണല്ലോ ഇന്നത്തെ കഥാനായിക !

'അതേയ്... ഇയ്ക്ക് വയ്യ. *പാത്യംപുറത്തേക്ക് ട്ടോലു എവ്ടേം തൊ

ടാതെ ന്.' (ഇരുന്നിരുന്ന ആള് മെല്ലെ എണീറ്റു.)

'ദാ ... നോക്കോ... ങ്ങനെ കൂട്ടിപ്പിടിക്കും മുണ്ട് (ഒരു കയ്യോണ്ട് മുണ്ട് കൂട്ടി പിടിച്ച് ഒരു കയ്യോണ്ട് വിറക് തലേലുള്ള പോലെ പിടിച്ച്). ന്നിട്ട് ഒറ്റഡലാ വെറക്' (അല്പം മുന്നോട്ടാഞ്ഞ് ആളത് ശരിക്കും കാട്ടിത്തന്നു.)

വീണ്ടും കാലു നീട്ടി ഇരുന്നു.

അടുത്തു കിടന്ന കസാരയില്‍ ഇരിക്കാന്‍ പറഞ്ഞാ കൂട്ടാക്കില്ല. കാലു നീട്ടി ഇരുന്നാലാ സുഖം ന്.

73 വയസിന്റെ തിമിരം മാറിക്കിട്ടിയപ്പൊ കാളിയമ്മ വീണ്ടും ഉഷാറാ യതില്‍ സന്തോഷം തോന്നി.

കഥ പറയുമ്പൊ മൂളണം. ഞാനിടക്ക് ഏതോ ചിന്തയില്‍ മൗനമാ യപ്പൊ

'ദാ : ചിത്രക്കുട്ട്യേ..' ന്ന് വിളിച്ച് അടുത്ത വിവരണമായി.

' പിന്നെ .....ബ്ടെ .... മേലേഭാത്ത് ഓട് പെയിന്റടിക്ക്യാം... തട്ടുമ്മോ ള്‍ന്ന് ഓട് കൊണ്ടുവരണം വടക്കോര്‍ത്തക്ക് . മുത്തശ്യാച്ച എടന്നാഴീ ലെ കെടക്കുള്ളൂ ' ന്താ : ഞാപ്പങ്ങന്യാ ദ്യ പോവാ' (ഇടനാഴിക്ക് വീ തി കുറവാണ്)ന്ന് ചോയ് ച്ചപ്പൊ 'ദ്യ പൊക്കൊളൂ തൊടാതെ' ന്ന !

കാളിയമ്മ ചിരിച്ചു...ഞാനും (ഒരേ ചിന്തയില്‍ !)

'ന്നിട്ട് കേക്കണോ ? മുത്തശ്ശന്‍ കെടപ്പിലായി. അപ്പെന്താ ! ഞാനെ ന്നെ ല്ലേറ്റിനും ! ല്ലേടത്തും ഞാനന്നെ വേണം ന്നായി ല്ലോര്‍ക്കും ! *പിന്നെ ന്താ പന്തി ?

അപ്പൊ ഒരുസം ഞാഞ്ചോയ്ച്ചു വല്ല്യാളോട് പ്പൊ അയ്ത്താവില്ലേ ന്!

അപ്പൊ വേദ്ന്യായി ട്ടോ. പിന്നെ കൊറെ ചിരിച്ചു. അങ്ങനെ അയ് ത്തോം പോയി.'

വീണ്ടും കാളിയമ്മചിരിച്ചു... ഞാനും (ഒരേ ചിന്തയില്‍ !)

ഇന്ന് കാളിയമ്മ പറഞ്ഞ കഥയില്‍ നിന്ന് ജാതീയ വിവേചനങ്ങളു ടെ മാറ്റത്തിന്റെ തുടക്കക്കല്ലുകള്‍ തെളിഞ്ഞു വന്നു.

എപ്പോഴും ചിരിച്ച മുഖവുമായി മാത്രം കാണുന്ന കാളിയമ്മക്ക് ഇട ക്ക് ശുണ്ഠി വരും. മുത്തശ്ശിയുടെ മരണശേഷം എന്റെ ഓര്‍മ്മയില്‍ പല തവണ അമ്മയെ ദേഷ്യപ്പെടുന്നത് കേട്ടിട്ടുണ്ട്. എന്തിനാന്നോ? കാളിയ മ്മ വരും മുമ്പ് അമ്മ ഏതെങ്കിലും പണികള്‍ നേര്‍ത്തെ കഴിച്ചെങ്കില്‍! അമ്മക്ക് വയ്യായ്ക വരുമ്പൊ മരുന്നു കഴിക്കാന്‍ മടി കാട്ടിയാല്‍! എന്റെ വാശികള്‍ അമ്മ അംഗീകരിക്കാതിരിക്കുമ്പോള്‍! ഒക്കെ കാളിയമ്മ ദേഷ്യ പ്പെടും . ഒരല്‍പ്പം പരിഭവത്തോടെ അമ്മ പലപ്പഴും പറയും 'ഓ! വല്ലാ

ത്തൊരു അമ്മായ്യമ്മയാണ് ദ്!' ന്. അതു കേൾക്കുമ്പൊ വീണ്ടും ചിരി
ക്കും കാളിയമ്മ : അവര് തമ്മില് എപ്പഴും വര്ത്തമാനായിരുന്നു. ചിരി
ച്ചും ദേഷിച്ചും സ്നേഹം പ്രകടിപ്പിച്ചവര്!

'കുട്ടേ....' എന്നെ ചിന്തയില് നിന്ന് തിരിച്ചു വിളിച്ച് വീണ്ടും പറ
ഞ്ഞു തുടങ്ങി.

'ന്റെ ആളോളൊക്കെ മണ്ണിന്റ് ടീലായില്ലേ ! പിന്നെന്താ !' ഒരു നെടു
വീര്പ്പില് കണ്ണു തുടച്ച് പോവാന് എണീറ്റു.

'ഏയ്! പോണ്ടന്നേ'

കണ്ണ് വീണ്ടും നിറഞ്ഞു കാളിയമ്മടെ.

'അമ്മ ടെ പോലെന്നെ ! പൂവാന് പാടില്ല എങ്ട്ടും ഞാന് ! ന്ട്ടിപ്പൊ
ന്തായി ?? ന്നെ കൂട്ടാണ്ടെ പോയ് കെടക്കല്ലേ തെക്കേ വളപ്പില് !'

നിറഞ്ഞ കണ്ണിലേക്ക് അധികനേരം നോക്കാന് വയ്യ.

'നമുക്കൊരു ഫോട്ടം പിടിക്കണ്ടേ ... വായോ'

കാളിയമ്മ കണ്ണു തുടച്ച് അടുത്തേക്ക് വന്നു. എന്നത്തേം പോലെ
ഞങ്ങളൊരു സെല്ഫിയില് വീണ്ടും ചേര്ന്നു നിന്നപ്പൊ ക്യാമറയിലേ
ക്ക് നോക്കി

കാളിയമ്മ ചിരിച്ചു...ഞാനും !! (ഒരേ ചിന്തയില്!)

* പാത്യംപുറം : അടുപ്പിന്റെ പരന്ന ഇരുവശവും.
* പിന്നെന്താ പന്തി : പിന്നെ എന്താണു ചെയ്യുക

പത്മാവതി

'കുട്ട്യോള് വന്ന് രണ്ടീസം കഴിഞ്ഞാ ഞാങ്കെണ്ററീ ചാടും.'
'പെണ്ണിന് പ്രാന്തന്യാ'
പ്രാന്ത് !!

ജീവിതകാലം മുഴുവനും പ്രാന്തിനെ കൂടെ കൊണ്ട നടന്ന് അതോ ടെ മരിച്ചു പോയ ഒരു പെണ്ണ്!

പ്രാന്തുള്ളോരെ ആരും കല്യാണം കഴിക്കില്ലാ നാരുന്നു അന്നൊ ക്കെ. പക്ഷെ മുഴുപ്രാന്തുകാർക്ക് അരപ്രാന്ത് ചേർച്ച.

അങ്ങനൊരു ചിങ്ങമാസത്തിലായിരുന്നു അവളുടെ കൂടെ ഒരാണൊ രുത്തൻ കൂടിത് . ആദ്യമൊന്നും മണ്ണാത്തിക്ക് മണ്ണാനെ ഇഷ്ടപ്പെട്ടില്ല. എവിടെന്നാ വന്നെ എന്താ പന്തി ഒന്നും അറിയില്ല. തോട്ടിലിങ്ങനെ ഒറ്റ ക്ക് നിന്ന് പാട്ടും പാടി പിറു പിറാ പറഞ്ഞ് അലക്കുന്നോളെ സഹായി ക്കാൻ അര പ്രാന്തൻ കൂടി . ആദ്യമൊന്നും അവൾ അടുപ്പിച്ചില്ല .പിന്നെ പിന്നെ അത് അവൾക്കൊരു ആശ്വാസമായി.

അമ്മ മൂകാമി കണ്ണിനു കാഴ്ച മങ്ങിച്ചാലും മണ്ണാനെ കണ്ടുപിടിച്ച് വിവരം ചോദിച്ചു. അയാൾക്ക് പത്മാവതീ നെ ഇഷ്ടായി. അങ്ങനെ രാവും പകലും അവർ ഒന്നിച്ചായി. വിവാഹം മനസുകളുടെ ഒത്തുചേരലെന്ന് ആദ്യമായി ഭ്രാന്തില്ലാത്തവർക്ക് ആ ഗ്രാമത്തിൽ ജീവിച്ചു കാട്ടി കൊടു ത്തു അവർ നീണ്ട 12 വർഷക്കാലം.

ഉണ്ണാനും ഉറങ്ങാനും അലക്കാനും തുണി വാങ്ങാനും കൊണ്ടു കൊടു ക്കാനുമൊക്കെ ഒന്നിച്ച് ഒട്ടിയൊട്ടി തന്നെ.

'ഇവറ്റോളെന്താ ങ്ങനെ' ന്ന് ചോദിച്ചോരോട് ഉത്തരം പറയാനില്ലാതി രുന്നോണ്ട് പരിഹാസച്ചിരികളിൽ ഒതുക്കി പല നിരാശാകുശുമ്പുകാരും: അതും അവരെ ബാധിക്കാഞ്ഞതിന് വീണ്ടും ഭ്രാന്തിന് സ്തുതി.

ആ മകരത്തില് അറുപത്തിയൊന്നാം വയസില് പനിച്ചു വിറച്ച് മണ്ണാൻ ഒന്നും പറയാതെ യാത്രയായി . പിന്നീടങ്ങട്ട് പത്മാവതി പ്രാന്തി ളകി ഒട്ടത്തോടോട്ടം തന്നെ. മറവു ചെയ്ത സ്ഥലത്തിരുന്ന് കുറെ വർ ത്താനം പറയും . ഒന്നും മറുപടി കിട്ടാതാവുമ്പൊ പിണങ്ങി തിരിച്ച്

വീട്ടിൽ കേറും. അനീത്തി ചന്ദ്രികയുടെ മകൾ ടെ കുട്ട്യോള് വന്നാ മാത്രം ഇത്തിരി നേരം കെട്ട്യോനെ മറന്ന് അവരുടെ കൂടെയിരിക്കും.

അതിനെടക്ക് വിശന്നാൽ ചില ഓട്ടപ്പാച്ചിലുണ്ട് ആരും കളിയാക്കില്ലാന്ന് ഉറപ്പുള്ള, ത്തിരി കഞ്ഞി വെള്ളം കാത്തിരിക്കണെ വീടോള് . ഒന്നും വെറുതെ വേണ്ട . വെശന്ന് പൊരിഞ്ഞാ മുണ്ടുമുറുക്കിയുടുത്ത് മുറ്റമടിച്ചു കൊടുത്തിട്ട് ഒറ്റ ശ്വാസത്തില് കൂക്കും 'ക്കിള്ള കഞ്ഞിവെള്ളംതര്യേ' ന്ന്!

'ക്കെന്റെ കെട്യോനെ കാണണം' ന്ന് ശാഠ്യം പിടിച്ചു കരയുമ്പൊ ചിരിച്ചു തള്ളുന്ന ബഹുജനത്തിനിടേല് ആരോ ഒരിക്കെ പറഞ്ഞത്രെ

'അയ്നിപ്പ നീയ് മരിച്ചാലല്ലെ പറ്റു പത്മാവത്യേ' ന്ന്

ആശ്വസിപ്പിക്കാനായി, മരണം വരെ കാത്തിരിക്കു, വിഷമിക്കണ്ടാ എന്നാവാം ആ വാക്കുകൾ കൊണ്ട് ഉദ്ദേശിച്ചതെങ്കിലും പത്മാവതിക്ക് അതിൽ ആശ്വാസം കിട്ടി.

തിരിച്ച് വീട്ടിലേക്കോടീട്ടാ ഈ വർത്താനം കുട്ട്യോൾടെ കൂടെ രണ്ടി സം നിന്നിട്ട് കെണറ്റി ചാടും ന്ന്

ചന്ദ്രിക അതിനെ പ്രാന്തായി തന്ന്യ എടുത്തുള്ളു..

ആ അവധിക്ക് കുട്ട്യോൾ വന്ന് രണ്ടാം ദിവസം ചന്ദ്രികേടെ പിറന്നാളായിരുന്നു. കഞ്ഞി വക്കണം. വേവിച്ചും വേവിച്ചും അരി വെന്തില്ല ന്ന് കണ്ടപ്പൊ 'ദെന്തരിയാ ! ഇക്ക് അന്റെ കണ്ടീം വേണ്ട, ഒന്നും വേണ്ട 'ന്ന് പറഞ്ഞ് വീട്ടീന്ന് ഒറ്റ പോക്ക് കഞ്ഞി കാത്തിരിക്കണോടത്തിക്ക്.

പത്മാവതീടെ മൂത്ത ആളും അവിടെ ണ്ടാരുന്നു അന്ന്. കാർത്ത്യേനി . അവര് പെണ്ണിന്റെ പിന്നാലെ ഓടി അമ്പ്രാൾടോടക്കാ ന്ള്ള പോലെ ! അപ്പ ണ്ട് തിരിച്ചോടി വരണു പെണ്ണ് ! കാർത്ത്യേ നിക്ക് സമാധാനായി. അമ്പ്രാ ളോട് രണ്ട് വർത്തോ നോം പറഞ്ഞു നിന്നപ്പൊ ഇമ്പ്ട്ട്യാര് അങ്ങട്ട് വിളിച്ചു. എന്തു വേണ്ടി, ചന്ദ്രികക്ക് വെശന്നങ്ങട്ട് പൊരിഞ്ഞപ്പൊ കാർത്ത്യേനെം പത്മാവതീം തപ്പീട്ട് തെക്കേ എടോഴീൽക്കങ്ങട്ട് എറങ്ങി . കാർത്ത്യേനിയെ കണ്ടപ്പഴ

'പെണ്ണങ്ങട്ട് വന്നില്ലെദ്യേയ്' ന്നൊരു ചോദ്യം.

'ഇല്യേയ്' ന്ന് പറഞ്ഞപ്പൊ ചന്ദ്രികക്ക് നെഞ്ചിലൊരു കാളല്.

തലേസം വൈകീട്ട് മണ്ണാനെ മറവീതോട്ത്തിരുന്ന്

'ഞാനങ്ങട്ട് വരാട്ടോ !' ന്നിങ്ങനെ പുലമ്പുന്ന കേട്ടിരുന്നു പത്മാവതി.

'വീർട്ടാണത്തമ്മേ പണി പറ്റിച്ചു ലോ പ്രാന്തത്തി' ന്നൊരൊറ്റ അലർച്ച്യാരുന്നു, അങ്ങന്നോടി കെഴക്കോർത്തെ കെണ്ട്റ്റില് എത്തിച്ചോ

ക്കീപ്പൊ...,

'ഏതു കുരിപ്പൊളാ ന്റെ പ്രാന്തത്തിക്ക് ദ് പറഞ്ഞൊടുത്താവോ! കെട്ടോനെ കാണാൻ കെൺ റ്റി ചാടീ താ . ഇപ്പൊ പത്തു വർഷായി. രണ്ടാൾടെ ആൽമാവും ചെലപ്പൊ കണ്ട് ണ്ടാവും. ന്നാലും മ്മളെ പോലെ ങ്ങനെ നേരിട്ട് കാണാനൊന്നും പറ്റില്യാലോ ലേ.'

കണ്ണു നിറഞ്ഞു പോവാതിരിക്കണതെങ്ങന്യാ ചന്ദ്രികേടെ വാക്കുക ളിൽ പത്മാവതീടെ ഓർമ്മകളിൽ!!

സതിയേക്കാൾ മുന്തിയ ആത്മാർത്ഥ സ്നേഹത്തിന്റെ പ്രാന്തിനു മുന്നിൽ കൂപ്പു കൈകൾ...

* അമ്പ്രാൾ, ഇമ്പട്ടിയാർ എന്നൊക്കെ പണ്ടത്തെ സാമൂഹിക വ്യവ സ്ഥ പ്രകാരമുള്ള പ്രാദേശികമായ സ്ഥാനപ്പേരുകളാണ്.

അംബീഷൻ

'ടീച്ചറേ....

കോഴിക്കോട് റെയിൽവെ പോലീസ് സ്റ്റേഷനിൽ നിന്നാണ്. ടീച്ചറു ടെ ക്ലാസിൽ അർഷാദ് എന്നൊരു കുട്ടിയില്ലേ ? അവനിപ്പോൾ ഞങ്ങളു ടെ സ്റ്റേഷനിലുണ്ട്.'

സ്കൂളുവിട്ട് ബസു കേറി ഏകദേശം മൂന്നു കിലോമീറ്റർ നീങ്ങിക്കാ ണും . ഞെട്ടലോടെ മറു ചോദ്യം ചോദിച്ചു ഞാൻ, 'എന്തുപറ്റി അവന്? അവനെന്താ അവിടെ ?'

(സ്ക്കൂളു തുറന്ന് രണ്ടാഴ്ചയായിക്കാണും . അർഷാദിനെ ഓർമ്മയു ണ്ട് . എന്റെ ഒൻപതു ബി. ആദ്യ പരിചയപ്പെടലിൽ തന്നെ കുട്ടികളുടെ അംബീഷൻ ചോദിച്ചപ്പോൾ തെല്ലും സംശയമില്ലാതെ മറുപടി പറഞ്ഞ കുട്ടി,

'അങ്ങനൊന്നൂല്യ ടീച്ചറേ... എന്തെങ്കിലും ജോലി വേണം.'

'നാളും നിനക്ക് ആരാവണം ന് ല്ലേ ?'

'ടീച്ചറേ.... ഉമ്മായ്ക്ക് കഷ്ടപ്പാടാ... ന്റെ താഴെ രണ്ട് പെങ്ങമ്മാരാ... ഉപ്പുപ്പാന്റെ കൂടെയാ ഞങ്ങൾ. ഉപ്പുപ്പായ്ക്ക് തീരെ വയ്യാ. എന്തു ജോലി യായാലും ഞാൻ ചെയ്യും.'

വർഷം 10 പിന്നിലേക്ക് പോണം. ദാരിദ്ര്യവും പ്രാരബ്ധവും തോൽവി യും അറിയുന്ന മക്കളുടെ മുന്നിലാണ് അന്ന് നിൽപ്പ്. പലരും അവധി ദി വസങ്ങളിലും സ്ക്കൂൾ വിട്ട ശേഷവും ചെറിയ ജോലികൾ ചെയ്തിരു ന്നു. ബാലവേല എന്നതിനെ വിളിച്ചാൽ അവരുടെ കുടുംബങ്ങൾ പട്ടി ണിയായി പോകുന്ന അവസ്ഥ ...)

പോലീസുകാരൻ തുടർന്നു,

'ടീച്ചർ.... വേറെ കുഴപ്പമൊന്നുമില്ല. അവൻ അവിടെ നിന്നൊരു പണി തേടി വന്നതാ'

(അല്പം ആശ്വാസം തോന്നി അവൻ സുരക്ഷിതനാണെന്നറിഞ്ഞ പ്പോൾ... അന്ന് അരക്ഷിതാവസ്ഥ എന്തെന്നാൽ ഈ പ്രായത്തിലുള്ള കുട്ടികളെ ദൂരസ്ഥലങ്ങളിലേക്ക് കടത്തി കൊണ്ടുപോകുന്നതായിരുന്നു....

ഇന്ന് പല പല വേർഷനാണ്, ആത്മഹത്യ, ലഹരി, മാഫിയകൾ, എന്നി ങ്ങനെ നമ്മുടെ കുട്ടികളെ !!)

പോലീസുകാരൻ തുടർന്നു,

'ടീച്ചർ രക്ഷിതാക്കളെ അറിയിക്ക .... കുട്ടിയെ കൊണ്ടുപോകാൻ പറയൂ'

'ഉവ്വ് സർ'

അന്ന് ഫോൺ സൗകര്യം വളരെ പരിമിതം . കുട്ടി അറിയിച്ച വിവര ത്തിൽ നിന്ന് പോലീസ് സ്ക്കൂൾ ലാന്റ് ഫോണിൽ വിളിച്ച് ക്ലാസ് ടീച്ച റുടെ നമ്പർ വാങ്ങി വിളിച്ചതാണ്. ക്ലാസിലെ കുട്ടികളിൽ ഫോൺ സൗക ര്യമുള്ള രക്ഷിതാക്കൾ അന്ന് രണ്ടു പേർ മാത്രമായിരുന്നു.

പക്ഷെ , കുട്ടിയെ വിശദമായി പരിചയപ്പെട്ടതിൽ നിന്ന് ശേഖരിച്ച വിവരങ്ങൾ ഏറെ വിലപ്പെട്ടതാണ്. എന്റെ വീട്ടിലേക്ക് വരുന്ന റൂട്ടിൽ തന്നെയായിരുന്നു അവന്റെ വീടും. അവന്റെ സ്റ്റോപ്പിലിറങ്ങി അവൻ പ റഞ്ഞു തന്നിരുന്ന സ്ഥലം തിട്ടപ്പെടുത്തി അവന്റെ വീട്ടിലേക്കു നടന്ന പ്പൊ ഏകദേശം 80 വയസ് പ്രായമുള്ള അവന്റെ ഉപ്പുപ്പ ഇറങ്ങി വന്നു

'എന്തേ മാളേ ?' (മോളേ എന്നതിനെ ചിലരീ ശൈലിയിൽ ഇവിടെ വിളിക്കാറുണ്ട്

'അർഷാദിന്റെ ഉമ്മയോ ? ഞാനവന്റെ ടീച്ചറാ.'

'വായോ.കേറി രിക്ക്. ഓനെ വ്കട ? നടന്ന് വരാറാവണേ ഉള്ളു. സൂറാ.... അഷാദിന്റെ ടീച്ചറാ ത്രെ.'

ഏകദേശം മുപ്പതിന്റെ പ്രായം തോന്നിക്കുന്ന അവന്റെ ഉമ്മയും രണ്ട് ചെറിയ പെൺകുട്ടികളും പുറത്തു വന്നു

'ന്തേ ടീച്ചറേ'

സംയമനം പാലിച്ചു കൊണ്ട് കാര്യം പറഞ്ഞു മനസിലാക്കി. തൊട്ട ടുത്ത വീട്ടിൽ നിന്ന് അവരുടെ ആങ്ങളയും കൂട്ടുകാരും വന്നു. ഉടനെ തന്നെ അവർ കോഴിക്കോട്ടേക്ക് പുറപ്പെട്ടു.

യൂണിഫോം ധരിച്ച കുട്ടി ഞങ്ങളുടെ ഗ്രാമത്തിൽ നിന്ന് സ്ക്കൂൾ ടിക്കറ്റിൽ പട്ടാമ്പി വരെയും ശേഷം കള്ള വണ്ടി കയറി കോഴിക്കോട്ടും എത്തിയതാണ്.

സംഭവത്തിന് രണ്ടു ദിവസം മുമ്പ് ക്ലാസിൽ അവധിയെടുത്തതിന്റെ കാരണം ചോദിച്ചപ്പോൾ അവൻ പറഞ്ഞു,

'കുഞ്ഞാലിക്കാനെ അടക്ക പെറുക്കാൻ സഹായിക്കാൻ പോയ കൊറ ച്ച് പൈസ കിട്ടും ടീച്ചറേ... അതിന് പോയതാ'

എന്തു പറയുമെന്ന് അറിയില്ലായിരുന്നു ഉമ്മയോട് സംസാരിക്കണ
മെന്ന് മനസിലുറച്ചു.

അതിന്റെ പിറ്റേന്നാണ് അവനിതു ചെയ്തത്. കോഴിക്കോട് വണ്ടിയി
റങ്ങി ഏതൊക്കെയോ കടകളിൽ കേറി പണി ചോദിച്ചു. ഭാഷാശൈലി
യിലെ വ്യത്യാസവും പന്തികേടും തോന്നിയാവാം ആരും അവനെ ശ്രദ്ധി
ച്ചില്ല. ഒടുവിൽ തളർന്നവശനായി ഇരിക്കുമ്പോഴാണ് റെയിൽവേ പോലീ
സിന്റെ ശ്രദ്ധയിൽ പെട്ടത്. ചോദിച്ചതും സത്യസന്ധമായി എല്ലാം പറ
ഞ്ഞ കുട്ടിയെ തിരിച്ചേൽപ്പിക്കാനുള്ള ശ്രമത്തിലായി അവർ.

അന്നു രാത്രി തന്നെ കുട്ടിയെ ഞങ്ങൾക്ക് തിരിച്ചു കിട്ടി.

ഇന്നത്തെ കുട്ടികൾക്ക് അർഷാദിനെ അറിയില്ല, അവന്റെ അംബീ
ഷൻ മനസ്സിലാവില്ല, ജീവിതത്തോടുള്ള അവന്റെ മൽപ്പിടുത്തങ്ങളറിയി
ല്ല, കുഞ്ഞു മനസിലെ പ്രാരബ്ധങ്ങൾ അറിയില്ല, താഴെയുള്ള പെങ്ങമ്മാ
രുടെ, ഉമ്മയുടെ, വയ്യാത്ത ഉപ്പുപ്പാന്റെ ഏക ആശ്രയം അവനാണെന്നു
ള്ള ഉത്തരവാദിത്വമറിയില്ല, മരിച്ചു പോയ വാപ്പയുടെ വാത്സല്യം നഷ്ട
പ്പെട്ട വേദന അറിയില്ല, അതിലുപരി ജീവിതം തോല്പിച്ച ഉമ്മയുടെ
മനസ്സറിയില്ല.

മാറ്റങ്ങളിലും മായാതെ ചില കുട്ടികൾ മനസ്സിൽ ഇന്നും ജീവിക്കുന്നു.
നിഷ്കളങ്ക ബാല്യത്തിന്റെ പ്രതീകമായി!

പിറകോട്ടോടുന്ന വണ്ടി

' അങ്ങനൊരു വണ്ടി? ഉം? ദ് രസാലോ!'

ചോദ്യം തീരെ പ്രതീക്ഷിച്ചില്ല. പുറകിൽ ആളനക്കവും അറിഞ്ഞില്ല. ഗീതുസിന്റെ ദൃഷ്ടികോണിൽ നിന്ന് എഴുതാനെടുത്ത പേപ്പർ പതി യെ മാറ്റി പേന മേശപ്പുറത്ത് വച്ച് ചോദിച്ചു.

'അങ്ങനൊന്ന് സങ്കൽപ്പിച്ചാലോ?'

ഒരു ചിരി.

'ആ വണ്ടിയിൽ തിക്കിത്തിരക്കി യാത്രക്കാരില്ല ട്ടോ..'

'ഉം, പറ: കേൾക്കട്ടെ.'

(പിന്നെയും ചിരി)

'ഇല്ല .പറേല്യ .ന്തിനാ പരിഹസിച്ചെ?'

(അല്പം ഗൗരവത്തിൽ മുഖം പിടിച്ചു തിരിഞ്ഞു നിന്നു)

'എയ്! ഞാൻ വെറുതെ നിന്റെ ടൈറ്റിൽ വായിച്ച് ചിരിച്ചതല്ലേ...'

'അതാ പറഞ്ഞെ : പറേണില്ല്യാ.. ന്!'

എന്റെ ഭാവമാറ്റം പെട്ടെന്ന് തിരിച്ചറിഞ്ഞ പോലെ ചുമലിൽ കൈ വച്ച് ഒരു വലി.

'വേണ്ടെന്നേ.. ഞാൻ പറയണില്ല.'

'ചിത്രൂ ... നീ പറയ്! വെറുതെ പിണങ്ങല്ലന്നേയ്!'

കുറച്ചു നേരം ഒന്നും മിണ്ടാതെ ഗീതുസിന്റെ കണ്ണുകളിലേക്ക് നോക്കി. കളിയാക്കണ്ടേർന്നില്ല ന്ന ഭാവോം പറ കുട്ടി എന്ന യാച നേം...

'ശരി പറയാ...

ചിരിക്കില്ലാലോ..?'

'ഇല്ലാന്നേയ്!'

'ന്നാ വാ നമുക്ക് ആരണ്യകത്തിലേക്ക് പോവാ'

എന്റെ സ്വസ്ഥ സ്ഥലം...

അവിടത്തെ മരത്തണലിൽ സ്വസ്ഥ വിശ്രമത്തിൽ ഓർമ്മകളുടെ കുളിർ കാറ്റ് സുഗന്ധവുമായി വരാതിരിക്കില്ല. ആ സുഗന്ധത്തിന് എന്നും

മനസിലെ വിങ്ങലുകളെ തഴുകി കളയാതിരിക്കാനാവില്ല.

നടന്ന് നടന്ന് ആരണ്യകമെത്തിയതും മരച്ചോട്ടിൽ ഇരുന്നതും അറി
ഞ്ഞില്ല.

ചിന്തകളുണർത്തി വീണ്ടും ഗീതൂസ് തുടർന്നു.

'പറ കുട്ടീ... നിന്റെ പുതിയ കഥ.'

' ഉം!'

ചിന്തകൾ മാറ്റി കഥയുടെ ഇതിവൃത്തത്തിലേക്ക് എത്തണം എന്നു
സാരം.

'എന്നാ പറയൂ .. വണ്ടീൽ കേറാൻ തയ്യാറാണോ? ഈ വണ്ടി പുറ
കോട്ടാ യാത്ര.'

'തയ്യാർ .. നീയുണ്ടല്ലോ കൂടെ ... പിന്നെന്താ...'

'എങ്കി കേട്ടോളൂ. ഒരു 30 വർഷം പുറകോട്ട്. ഇവിടം അന്ന് പൊന്ത
ക്കാടായിരുന്നു. ഇന്നു കാണുന്ന ഓഫീസ് കെട്ടിടം പകുതി പണിത്
കിടന്നിരുന്നു. സമരക്കാർ ഈ പൊന്തക്കാട്ടിലും പകുതി പണിത കെട്ടി
ടത്തിലുമായിട്ടാണ് സന്നാഹങ്ങൾ ഒരുക്കുക. സ്ക്കൂളുവിട്ടാൽ പുറകു
വശത്തെ വഴിയിലൂടെയാണു യാത്ര. അതായിരുന്നു അന്നത്തെ പ്രധാ
ന കവാടം.'

'ഉം'

'ഇവിടം (ഇന്നത്തെ ഈ ആരണ്യകം) പ്രധാനമായി ചാത്തയുടെ
വിഹാരകേന്ദ്രമായിരുന്നു ഇടതിങ്ങി നിന്ന മരങ്ങൾ മരച്ചോട.'

'അതാരാ ?'

'പുറകോട്ടോടുന്ന വണ്ടിയിലെ ആദ്യ കമ്പാർട്ട്മെന്റിലെ ഒരു യാത്ര
ക്കാരൻ.'

'ഉം?'

'ഓർമ്മയിൽ ഒരു നാൽപ്പതിന്റെ പ്രായമാണ് എന്നും ചാത്തക്ക് .
പ്രാകൃതമായി മുടി പരത്തി ചെളി പുരണ്ട വെള്ള വസ്ത്രയും നഗ്നപാ
ദങ്ങളും അങ്ങിങ്ങായി ഓട്ടയുള്ള ഒരു ഓലക്കുടയും നീണ്ടു മെലിഞ്ഞു
കറുത്ത ശരീരവും നീണ്ട കൈകാലുകളും നീണ്ട മുഖവും ഊശാൻ
താടിയും കുഴിഞ്ഞ കണ്ണുകളുമായി കുട വീശി പിറുപിറുത്തും ഉച്ചത്തിൽ
കൂക്കി വിളിച്ചും ചലനമറ്റ മരണനിശ്ചലതയോടെ നടുവഴിയിൽ കിടന്നും
ചാടിയെണീറ്റ് ഓടി വന്ന് ശബ്ദിച്ചും നടന്ന ചാത്ത.'

' ഉം?'

'അതെ. ചാത്തക്ക് ആരേം പേടി ണ്ടാർന്നില്ല .. ഞങ്ങൾക്കാച്ച ചാത്ത
യെ ഭൂതപ്രേതാദികളെക്കാളേറെ പേടിയും...'

'മറ്റാരും ണ്ടാർന്നില്ലേ ചാത്തക്ക്?'

' അമ്മ ണ്ടാർന്നു. പലപ്പഴും മകന്റെ പിറകെ അമ്മയും കാണും. രണ്ടാളും മറ്റേതോ ലോകത്താർന്നു.സമര ദിവസങ്ങളിൽ ചാത്തക്ക് ഏറെ ആവേശമാണ്. കുട്ടി കൾ മാഞ്ചോട്ടിലെത്തിയാൽ മൂപ്പർ അവരുടെ ഒപ്പം ആർത്ത് കൂക്കും. ആൺ കുട്ടികളെ കാര്യാ... അവർ ചിലപ്പൊ ചാത്ത ക്ക് മിഠായി വാങ്ങിക്കൊടുക്കും. ഞങ്ങക്ക് വല്ലാത്ത ഭയാർന്നു ചാത്തയു ടെ ചിന്ത പോലും. പിന്നെ പിന്നെ മനസ്സിലായി ചാത്ത ആരേം ദ്രോഹി ക്കില്ലാന്ന് .. നാലും രൂപം കാണുമ്പൊ വയറ് കാളും.'

'മരിച്ചിട്ടിപ്പൊ കുറച്ച് വർഷങ്ങളായിരിക്കണു. ഓർമ്മക്കണ്ണിൽ ചാത്ത ക്കെന്നും 40 45 വയസ് മാത്രം. വിഭ്രാന്തിയുടെ വ്യത്യസ്ത തലങ്ങളിൽ ചാത്തയുടെ മനസ് വിഹരിച്ചെങ്കിലും വിചിത്രമായ ശബ്ദകോലാഹല ങ്ങളിൽ അവ ഒതുക്കി അയാൾ ജീവിച്ചു.

ചില ശബ്ദങ്ങളാണ് ഞങ്ങളിൽ ഭീതി ഉണ്ടാക്കിയത്. പക്ഷെ അത് അറിയാതെ വരുന്നതാണെന്നും ഞങ്ങളെ പേടിപ്പിക്കാനുദ്ദേശിച്ചല്ലെന്നും മനസിലാക്കിയപ്പോഴേക്കും പത്താം ക്ലാസ് ആയി.

പിന്നെ പിന്നെ ചാത്തയെ ചില ദിവസങ്ങളിൽ കാണാതായി.'

' അതെന്താ?'

'സമര ദിവസങ്ങളിൽ നടന്നു താണ്ടിയ ആറു കിലോമീറ്റർ തിരിച്ചു നടക്കുമ്പൊ ഏതോ കുട്ടികൾ പറഞ്ഞ് അറിഞ്ഞതാ ചാത്ത റൂട്ട് മാറ്റി എന്ന്.'

'ന്നിട്ടോ?'

'പിന്നെ അധികം അങ്ങനെ കണ്ടിട്ടില്ല. പക്ഷെ ചാത്ത അന്നത്തെ കുട്ടികളുടെ മനസ്സിലെ പ്രധാന കഥാപാത്രമാവാതിരിക്കില്ല തീർച്ച.'

'ഉം. ഇതാണോ പുറകോട്ടോടുന്ന വണ്ടി എന്ന ടൈറ്റിലിൽ നീ എഴു താൻ തുടങ്ങിയത്? '

'അങ്ങനെ ചോദിച്ചാ.... എന്തെഴുതണം ന്ന് ആലോചിക്ക്യാർന്നു. ചുമ്മാ ഒരു തലക്കെട്ടും കൊടുത്തു. അത്രന്നെ.'

'അങ്ങനെ ചുമ്മണ്ട. മര്യാദക്ക് എഴുതിക്കോ.'

'പിന്നേ!'

'പിന്നെന്താ! എനിക്കറിയാം നിനക്ക് എഴുതാതിരിക്കാനാവില്ല ന്ന്.'

' ഉം.' ഉള്ളിൽ ചിരി വന്നുച്ചാലും ആ മൂളലിന് ഞാനിത്തിരി ഗൗരവം കൊടുത്തു.

'അപ്പൊ ഇതായ്ക്കോട്ടെ വണ്ടീലെ ഒരു യാത്രക്കാരൻ.'

'പക്ഷെ ... ഇത് എന്തെഴുതാനാ? നിക്ക് വേറൊന്നും അറീലല്ലോ

ചാത്തയെ പറ്റി !'

അല്പം സങ്കടത്തോടെ ഗീതുസിനോട് അങ്ങനെ പറഞ്ഞു ച്ചാലും ഞാൻ അറിയുന്നു.

ഇതിലൊരു പിടി ഓർമ്മകളുണ്ട് .... ഓർമ്മകളുടെ നടവഴികളിൽ ചാത്ത ഇനി വരില്ലെന്നറിയുമെങ്കിലും യാത്രക്കാരായ നമുക്ക് അകാല ത്തിൽ രേഖപ്പെടുത്താതെ പോയ ചാത്തയുടെ ജീവിതത്തെയും, ചാത്ത യെയും, അറിയുന്ന ഒരു ചെറിയ ഭാഗവും അറിയാതെ പോയ വലിയ ഭാഗവും ചേർത്തു വച്ച് വായിക്കാനാവുമെന്ന് !

ബാക്കിപത്രം

അമ്പലത്തിലെ ആൽത്തറേല് കണ്ടു മറന്ന ഒരു രൂപം. നീണ്ടു മെലി
ഞ്ഞ കൈകാലുകളും ദേഹോം നീണ്ട മുഖത്ത് ഒരു നേർത്ത പുഞ്ചി
രി...

ആരായിരിക്കാം ദ്! എന്റെ ചിന്തകൾ തുടങ്ങും മുമ്പ് അവർ മെല്ലെ
എഴുന്നേറ്റു നിന്ന് സാരിയുടെ മുന്താണി ഞൊറികൾ സൂചിയിൽ അടു
ക്കി വച്ചത് ഒന്നുകൂടി ശരിയാക്കി. ചപ്രച്ച നീളം കുറഞ്ഞ നരച്ച മുടി
പിന്നിലേക്ക് കെട്ടിവച്ചിരുന്നത് ഒന്നുകൂടി മാടി ഒതുക്കി. നേർത്ത പുഞ്ചി
രിയോടെ എന്റെ അടുത്തെത്തി.

'നിക്കൊരു ഐസ് ക്രീം വാങ്ങി തരോ ?'

പതിഞ്ഞ ശബ്ദത്തിൽ കുലീനമായ അഭ്യർത്ഥന ഒന്നുകൂടി ഞാനാ
മുഖം ശ്രദ്ധിച്ചു നോക്കി. പക്ഷെ ഓർമ വന്നില്ല. പൂരപ്പറമ്പിൽ നിറച്ച്
കടകളുണ്ട്. കടല വണ്ടീം ഐസ്ക്രീം വണ്ടീം പീ പീ ന്ന് അപ്ഴും ശ
ബ്ദിക്കുന്നുണ്ട്. പൂരത്തിന്റെ ആൾ തിരക്കൊഴിഞ്ഞ് തൊഴുതു പോവാൻ
വന്ന എനിക്ക് കടകളിൽ കേറുന്ന പതിവില്ല .അതെന്തോ കുട്ടിക്കാല
ത്ത് മുത്തശ്ശിയും അമ്മയും വിലക്കിവച്ചതിനാലാവാം! കുട്ടന്റെ പരാതി
ഒരു വിധത്തിൽ തീർത്തെ ഉള്ളൂ 'പൂരം കാണണ്ട ന്ന് വച്ചാ പിന്നെ എ
ന്തിനാ അമ്മ വന്നെ?'

'ഭഗവതി ടെ മുന്നിൽ തിരക്കില്ലാത്തപ്പൊ തൊഴാനാ കുട്ടാ'

'എങ്കി അമ്മക്ക് തിരക്കില്ലാത്ത ദിവസം വന്നാ പോരെ?'

നീരസം കലർന്ന ചോദ്യാന്ന് അറിയാം....

തർക്കിക്കാനും കൃത്യം ഉത്തരം നൽകാനും ഒന്നുല്ല പക്ഷെ കുഞ്ഞു
മനസിൽ ബാല്യത്തിൽ ഏൽപ്പിച്ച ചില വിലക്കുകൾ ഉണ്ട്... അത് കാല
ത്തിന് ഒരു പക്ഷെ മാറ്റാനാവാത്തതാവാം തിരക്കൊഴിഞ്ഞ വഴികളിൽ
സഞ്ചരിക്കാൻ ഇപ്പഴും ഇഷ്ടപ്പെടുന്നത്.

ഒന്നുകൂടി ശ്രദ്ധിച്ചു നോക്കിയപ്പോ കണ്ടു മറന്ന ഒരു മുഖം പോലെ
ആ രൂപത്തിന്. നീണ്ടു മെലിഞ്ഞ കൈകൾ കൊണ്ട് ഒന്നുകൂടി മുഖം
തുടച്ച് ചോദ്യം ആവർത്തിക്കും പോലെ അവർ എന്നെ ദയനീയമായി

നോക്കി. കുട്ടിത്തം കലർന്ന ചിരിയും ഭാവവും. ഏകദേശം 55 വയസ് കാണും അവർക്കെന്നു തോന്നുന്നു. അഞ്ചു വയസിന്റെ നിഷ്കളങ്കതയ ല്ലേ ആ ചോദ്യത്തിലെന്ന് എനിക്ക് തോന്നി. പേഴ്സിൽ നിന്ന് 50 രൂപ എടുത്ത് നീട്ടി സ്നേഹത്തോടെ ഐസ് ക്രീം വാങ്ങി കഴിച്ചോട്ടെ അവ രെന്നു കരുതി.

പൈസ തിരിച്ചും മറിച്ചും നോക്കി ചെറു ചിരിയോടെ അവർ പൂരപ്പറ മ്പിലേക്ക് പോയി കുറച്ചു കഴിഞ്ഞ് തിരിച്ചെത്തി ആൽത്തറച്ചുവട്ടിൽ വീണ്ടും ഇരിപ്പായി.

അതിനിടെ പഴയ സുഹൃത്ത് ജയയെ കണ്ടു വിശേഷങ്ങൾ പറഞ്ഞി രുന്നു. അവളോട് സംസാരിക്കുമ്പഴും എന്റെ ശ്രദ്ധ അവരിലായിരുന്നു. ഇടക്കിടെ സ്വയം ചിരിക്കുകയും മുടി മാടി ഒതുക്കുകയും ചെയ്യുന്നു അവർ. ജയയുടെ സംസാരത്തിൽ ശ്രദ്ധയില്ലെന്നും എന്റെ നോട്ടവും ചിന്തകളും അവരിലാണെന്നും മനസിലാക്കിയാവാം അവൾ ചോദിച്ചു..

' അമ്മിണിയോപ്പോളെ അറിയില്ലേ നിനക്ക് ?'

ഞാനവളെ നോക്കി.

'നമ്മടെ വാര്യത്തെയാ '

'ഉം' ചിന്തകൾ ചികഞ്ഞ് ഞാൻ മൂളി.

വർഷങ്ങൾക്ക് മുമ്പ് ഉത്സവകാലത്ത് മാലകെട്ടാനിരിക്കുന്ന സ്വയം ചിരിച്ച് എന്തൊക്കെയോ സ്വയം പറയുകയും ചെയ്യുന്ന ഒരു ദാവണി ക്കാരി എന്റെ ഓർമ്മയിൽ തെളിഞ്ഞു വന്നു.

'ഉം... പറയൂ ജയാ'

'എന്താ ചെയ്യാ ചിത്രാ 4 ആങ്ങളമാർണ്ട്. അമ്മയും അച്ഛനും പോയ പ്പൊ അവരെ നോക്കാൻ ആളില്ലാണ്ടായി. രാത്രി അസമയത്തൊക്കെ റോട്ടിലും സെൻററിലുമൊക്കെ കാണാം. ആർക്കും ഒരു ശ്രദ്ധയും ഇല്ല.'

' ഉം' എന്റെ മൂളലിൽ ഒരു നോവിന്റെ നനവ്.

' ഒന്നിനും പ്രാപ്തിയില്ല .വയ്ക്കാനും ഉടുക്കാനും ഒന്നും നേരെ അ റിയില്ല.'

'ഉം'

''ന്റെ ഭാഗത്തുന്ന് നല്ല ശ്രമം ണ്ടായി. ചികിത്സക്കായി പിരിവൊക്കെ സംഘടിപ്പിച്ചു.'

''ന്നിട്ടോ?'

''ന്നിട്ടെന്താ!'

ആങ്ങളാര് ഉപകാരത്തിനില്ലച്ചാലും സമ്മതിച്ചില്ല. സ്വത്തൊക്കെ ണ്ട് കുട്ട്യേ... പക്ഷെ ഒന്നും വേണ്ട രീതിയിൽ അറിയില്ലാലോ!'

' ഉം..'

'ഒരു പ്രാവശ്യം ആളെ കൂട്ടി വീടൊക്കെ വൃത്തിയാക്കിച്ചൂ ഡോ... പക്ഷെ... സങ്കടം തോന്നി. അട്ടിക്ക് പൈസ അവിടെം ഇവിടെം വച്ചിരി ക്കണു. പുതിയ ഡ്രസുകള് . അടുക്കള സാധനങ്ങള് പൂത്തു പോയത്... അങ്ങനെ ..ങനെ .. പൊടിയും ചെളിയും പിടിച്ച തുണികളും പാത്രങ്ങ ളും... സങ്കടം വന്നൂട്ടോ.'

'അയ്യോ! കഷ്ടം! ന്താ ചെയ്യ'

'കാര്യല്യ ഡോ വീണ്ടും ഒക്കെ പൊടിപിടിച്ചു. പിന്നെ... നമ്മള് സഹാ യിക്കണതും നേരെ നടത്തണതൊന്നും ആങ്ങളാര്ക്ക് ഇഷ്ടം ല്യ. അവ ര് വഴക്കിന് വരും. അവരൊട്ട് നോക്കൂല്യ നമ്മളെ നോക്കാനും സമ്മയ് ക്കില്ല.. സങ്കടാ കാര്യം.'

ഇത്രയും പറഞ്ഞപ്പഴേക്കും അവര് ആല്ത്തറേന്ന് നടന്ന് ഊട്ടുപുര യുടെ വാതില്ക്കല് എത്തി.

ജയ അടുത്തെത്തി ചോദിച്ചു

'ഓപ്ളെങ്കടാ'

'ഊണ് കഴിക്കാനാ'

'എങ്ങനാ പോവാ തിരിച്ച്?'

'നാരായണന് ണ്ട് ലോ!'

'നേരം വൈക ണ്ടാ ട്ടോ വേഗം പോന്നോളൂ. തിരക്കുള്ള ദിവസാ'

' ഉം..'

അമ്മിണിയോപ്പോള് ഊട്ടുപുരേലേക്ക് നീങ്ങി.

ജയയോട് യാത്ര പറഞ്ഞ് നീങ്ങുമ്പൊ മനസിന്റെ കോണിലെവിടെ യോ അമ്മിണിയോപ്പോള്ടെ അനാഥത്വത്തിന്റെ കാരമുള്ള് കുത്തി നൊന്ത വേദന അറിയാതെ കണ്ണീര് നനവായി കവിളിലെത്തി. മനസി ന്റെ സമനില തെറ്റാന് നിമിഷങ്ങള് വേണ്ട .. എന്തു ചെയ്യാനാകും എന്ന റിയില്ല :

നിസ്സഹായതയുടെ നിശ്ശബ്ദതയിലേക്ക്

ഇരുളടഞ്ഞ വഴികള് തുറക്കും പോലെ ! വീണ്ടും വീണ്ടും അവര് പോയ ദിശയിലേക്ക് കണ്ണുകള് നീളുന്നു ......

ഗുരുദക്ഷിണ

ഓർമ്മപ്പൂക്കൾക്ക് കണിക്കൊന്നയുടേതു പോലെ ഗന്ധമില്ലാത്ത സൗന്ദര്യം.

കുഞ്ഞു മരം മൂടി പൂത്തു നിന്ന കിഴക്കേ വളപ്പിലെ കൊന്നപ്പൂക്കൾ .കാറ്റിന്റെ ഇളം തലോടലിൽ പടിഞ്ഞാട്ടു തിരിഞ്ഞ് അവ കോലോത്തേ ക്ക് നോക്കി നിൽക്കുന്നു.

ചിന്താശലഭം ആ പൂക്കളെ തഴുകി പറക്കുന്നു. ദൂരെ .... ദൂരെ ... ക്യാമ്പസിൽ പൂവിട്ട കണിക്കൊന്നകളുള്ള വ്യാസ കോളേജിലേക്ക് ...

ബസിറങ്ങി റബർ തോട്ടത്തിലൂടെ ഒന്നാം വർഷം പേടിച്ചരണ്ട് ഓടി നടന്ന കാലം. കൂട്ടിന് പ്രീതിയും ബിന്ദുവും. പ്രീതി ശാലീന സുന്ദരി യാർന്നു. ബാല്യകാല സഖി. എന്നോടൊഴികെ ആരോടും കൂട്ടുകൂടാൻ ഇഷ്ടപ്പെടാത്തവൾ. ബിന്ദു ആത്മ സഖി ഒരേ ദിവസം പിറന്നാളും ഒരേ ക്ലാസിൽ പഠിത്തവുമായി ഏഴാം ക്ലാസുവരെ പിരിയാത്ത കൂട്ട്. 3 വർ ഷം ഹൈസ്ക്കൂളിൽ അവരെ പിരിഞ്ഞ് ഞാൻ മാത്രം ചാത്തനൂരിന്റെ വിശാലതയിൽ. വീണ്ടും ഒന്നിച്ച് ഒരു പ്രീഡിഗ്രി കാലം...

ക്യാംപസ് ഏറെ ശബ്ദമയമായിരുന്നു വ്യാസയിൽ. പക്ഷെ ചാത്ത ന്നൂരിന്റെ പ്രകൃതി സൗന്ദര്യം അവിടെ അന്യമായിരുന്നു. സമരവും രാഷ്ട്രീ യവുമായി നാളുകൾ നീങ്ങി. അവസാന പിരീഡ് ക്ലാസിലിരുന്നാൽ 5:15 ന്റെ ബസ് പിടിക്കാൻ നെട്ടോട്ടമോടിയാലും തോൽവിയാകും. കുട്ടിക ളോട് പൊതുവെ വർജ്യം കാട്ടുന്ന ബസുകാർക്ക് എന്നോടെന്തോ സഹ താപമായിരുന്നു. ഒരു പക്ഷെ ബസിന്റെ അവസാന സ്റ്റോപ്പിലിറങ്ങുക യും വളരെ വിനയത്തോടെ സീറ്റിലിരിക്കാൻ മടി കാട്ടുകയും ബസ് ചാർ ജായ 30 പൈസ ഒറ്റ ദിവസം പോലും മറക്കാതെ നൽകുകയും പുറം കാഴ്ചകൾ മാത്രം നോക്കി നിശ്ശബ്ദത പാലിച്ച് നിൽക്കുകയും ചെയ്ത തിനാലാവാം ഈ സഹതാപം എനിക്ക് കിട്ടിയത്.

ക്യാമ്പസ് മരങ്ങളിൽ ഉങ്ങുകളായിരുന്നു കൂടതൽ.

ഞങ്ങളുടെ ക്ലാസ് മുന്നിലെ കെട്ടിടത്തിൽ വലതു വശത്തെ ആദ്യ ത്തെ ഹാളിലായിരുന്നു. അല്പം ഉയർന്ന വേദിയിൽ മൈക്കിൽ ലെക്

ചർ ചെയ്തു പോകുന്ന അധ്യാപകർ. ശാന്ത ടീച്ചറുടെ ഇംഗ്ലീഷ് പ്രൊ
നൌൺസിയേഷനിൽ ചിലമ്പിച്ചു നിന്ന 'സ്' സ്വരങ്ങൾ. ഫിസിക്സും
കെമിസ്ട്രിയും ഒന്നാം ഗ്രൂപ്പു കാരുടെ കൂടെ കമ്പയിൻഡ്. പേരുകൾ
ഓർമ്മയിൽ നിന്നു വിട്ടു തുടങ്ങിയിരിക്കുന്നു അധ്യാപകരുടെ ഒരു
പക്ഷെ അധ്യാപകർ വിദ്യാർത്ഥികളോട് കാണിച്ച അകലത്തിന്റെ പ്ര
തിഫലനമാവാം അത്.

മനസു നിറയെ പക്ഷെ ഒരു രൂപമുണ്ട്. പിള്ള സർ.

ഇംഗ്ലീഷ് കവിതകളിലൂടെ ... ശരിക്കും 'ദ ഫോർസേക്കൻ മർമാനി'
ലൂടെ ഇംഗ്ലീഷ് കവിതയുടെ ആഴത്തിലുള്ള വൈകാരിക മനോഹാരിത
ഒപ്പിയെടുത്ത് ഞങ്ങൾക്കു പകർന്നു തന്ന പിള്ള സർ.

നോവിന്റെ നനുനനുത്ത ശബ്ദത്തിൽ മർമാനെ ആവാഹിച്ചു ഫലിപ്പി
ച്ച ക്ലാസുകളിൽ വിസ്മയചകിതയായി നോക്കിയിരുന്നപ്പൊ ഞാൻ അ
റിഞ്ഞിരുന്നില്ല അദ്ദേഹത്തിന്റെ ജീവിതകഥകളൊന്നും.വേഷവിധാനങ്ങ
ളിൽ ഒട്ടും ശ്രദ്ധയില്ലാതെ അലസനായി ചപ്രച്ച മുടിയും മെലിഞ്ഞ ദേഹ
വും കുഴിഞ്ഞ കണ്ണുകളും മിത ഭാഷണവും അഞ്ചര അടി പൊക്കവുമു
ള്ള ഒരു മധ്യവയസ്ക്കൻ .അതായിരുന്നു പിള്ള സർ ഒറ്റനോട്ടത്തിൽ.

അതിനപ്പുറം ആംഗലേയത്തെയും കവിതയെയും എന്നിലേക്കടുപ്പി
ച്ച വലിയ കണ്ണിയായി മാറുകയായിരുന്നു സർ എന്ന് ഇന്ന് ഞാൻ അറി
യുന്നു.

'സർ, ഞങ്ങൾക്കു ചില ക്ലാസുകൾ ലാസ്റ്റ് അവർ വരുമ്പൊ നഷ്ടപ്പെ
ടുന്നു. ബസ് സൗകര്യമില്ലാഞ്ഞിട്ടാ... അതൊന്ന് സർ ന് ഒഴിവുള്ളപ്പൊ
പറഞ്ഞുതരരോ.. ?'

(സത്യത്തിൽ സർ ന്റെ ക്ലാസുകൾ എത്ര വൈകിയാലും ഞങ്ങൾ
നഷ്ടപ്പെടുത്താറില്ലായിരുന്നു. മറ്റു പലരും എടുത്തവ പിടി കിട്ടാതിരുന്ന
താണ് സർ നോട് ചോദിക്കാൻ നിന്നത്. അത് പറക വയ്യല്ലോ!)

'ഓ എസ്'

ഒരു പുഞ്ചിരിയോടെ സർ സമ്മതിച്ചു.

പിറ്റേന്ന് തന്നെ ക്യാമ്പസ് മരങ്ങളിൽ ഒന്നിന്റെ ചുവട്ടിൽ സർനോ
ടൊപ്പം ഞാനും പ്രീതിയും ഇരുന്നു. പാഠ ഭാഗത്തുനിന്ന് ഏറെ ദൂരം
സഞ്ചരിച്ചായിരുന്നു അന്ന് തിരിച്ചു പോന്നത്.

സർനോടുള്ള അടുപ്പം പിതൃ വാത്സല്യ സമാനമായ ദിനങ്ങൾ. ആംഗ
ലേയം ഇത്രയും നല്ല ഭാഷയെന്ന തിരിച്ചറിവ്.

അതു പക്ഷെ ചുരുങ്ങിയ കാലയളവിലെ നിന്നുള്ളു എങ്കിലും സർ
തന്ന കാവ്യലോകം ഇന്നും കനകച്ചിലങ്കയണിഞ്ഞ് നിൽക്കുന്നു മന

സ്സിൽ.

സർനോടുള്ള ഞങ്ങളുടെ അടുപ്പത്തെ ആദ്യമായി എതിർത്ത് ഡിപ്പാർ ട്ട്മെന്റ് ഹെഡ് മേധമായിരുന്നു.

'കുട്ടികൾ ആവശ്യമില്ലാതെ പിള്ളയോടടുക്കുന്നത് നല്ലതല്ല. നിങ്ങൾ ക്ക് സംശങ്ങൾ ഉണ്ടങ്കിൽ ഡിപ്പാർട്ടുമെന്റിൽ വേറെ അധ്യാപകരുണ്ട ല്ലോ! നിങ്ങൾക്ക് അയാളെ അറിയാഞ്ഞിട്ടാ കഞ്ചാവ് പിള്ളയെന്നാ പേര്. അത്രക്ക് മോശമാ അയാൾ. ഇനി ഇത് ആവർത്തിക്കണ്ട.' ഗൗരവത്തോ ടെ ഇംഗ്ലീഷു കലർന്ന മലയാളത്തിൽ മാഢത്തിന്റെ താക്കീത് ഞങ്ങളെ ഡിപ്പാർട്ടുമെന്റിലേക്ക് വിളിച്ചാരുന്നു.

പിന്നെ ഞങ്ങൾ സർനെ അധികം കണ്ടില്ല. ഇംഗ്ലീഷ് ഡിപ്പാർട്ടുമെൻ റിലെ അധ്യാപകരാരും കൺവെട്ടത്തില്ലാത്ത സമയം പക്ഷെ സർനോട് ചില കുശലാന്വേഷണം പറയും.

ആയിടെ സർ നീണ്ട ലീവിലാണെന്നറിഞ്ഞപ്പൊ ഏറെ വിഷമം തോന്നി. എന്താണെന്ന് ആരോടും ചോദിക്കവെയ്യ കാരണം പിള്ള സർ ഞങ്ങളോട് കാട്ടിയിരുന്ന അടുപ്പം അവിടെ മറ്റാരോടും കാട്ടിയിരുന്നില്ല.

ശരിക്കും അടുപ്പത്തിന്റെ ആഴം ഞങ്ങൾക്ക് ബോധ്യപ്പെട്ടത് ആ ദിവ സമായിരുന്നു. ക്യാംമ്പസിലേക്ക് കടന്നപ്പൊ രോഷാകുലനായി ഉറക്കെ തെറി വിളിച്ച് നിൽക്കുന്ന പിള്ള സർ. ആരെ ഉദ്ദേശിച്ചെന്ന റിയാതെ കുട്ടികളിൽ പലരും അതു കേട്ട് പരസ്പരം നോക്കി ചിരിക്കുന്നു. ഇംഗ്ലീ ഷ് ഡിപ്പാർട്ടുമെന്റിനൊപ്പം മറ്റ് അധ്യാപകരും കുട്ടികളെ കണ്ണുരുട്ടി കാ ട്ടി പോകാൻ പറയുന്നു.

എന്തു ചെയ്യണമെന്നറിയാതെ ഞാനും പ്രീതിയും പരസ്പരം നോ ക്കി. ആക്രോശത്തിനിടെ സർ ഒരു തവണ ഞങ്ങളെ നോക്കി.... നിസ്സ ഹായതയുടെ അടിയറവുകളാണോ അതോ വാത്സല്യത്തിന്റെ നനവാ ണോ ആ നോട്ടത്തിലെന്ന് അന്ന് ഞങ്ങൾക്ക് മനസിലായില്ല. പേടിച്ചര ണ്ട ഞങ്ങളുടെ രണ്ടു രൂപങ്ങൾ! നിശ്ശബ്ദത...

പിന്നെ സർ എന്തോ എടുക്കാൻ മറന്ന പോലെ ശരവേഗത്തിൽ ക്യാമ്പസിനു പുറത്തേക്കോടി. ഒന്നും മിണ്ടാതെ

നിമിഷാർദ്ധത്തിൽ തന്നെ ക്ലാർക്ക് ഗേറ്റും തള്ളി അടച്ച് പൂട്ടിയിട്ടു. ഒരു ആക്ഷൻ ത്രിൽ സിനിമയിലെ നായകനപ്പോലെ സുസ്മേര വദന നായി ക്ലാർക്ക് തിരിച്ചു വന്നു.

മനസിലെ ഒരു നൂറു ചോദ്യങ്ങൾക്ക് ഉത്തരമില്ലാത്ത അനിശ്ചിതത്തിൽ നിൽക്കുകയായിരുന്നു അപ്പോഴും ഞാൻ.

പിന്നീട് സർനെ കണ്ടതേ ഇല്ല.അദ്ദേഹത്തിന്റെ വിലാസമോ കുടും

ബകാര്യങ്ങളോ ഞങ്ങൾക്ക് അറിവുമില്ലായിരുന്നു. സർ ചങ്ങനാശേരി ക്കാരനാണെന്നും കുടുംബത്തിൽ നിന്നു പിരിഞ്ഞ് ലോഡ്ജിൽ താമ സിക്കയായിരുന്നെന്നും തിരിച്ച് നാട്ടിലെത്തി സ്വന്തം വീട്ടു കിണറ്റിൽ ചാടി ആത്മഹത്യ ചെയ്തെന്നും വർഷങ്ങൾക്ക് ശേഷം ഒരു പത്രവാർ ത്തയിൽ കണ്ടതായി ഒരു കൂട്ടുകാരി പറഞ്ഞു.

മറക്കാനാവാത്ത സാമീപ്യം.ഡി പി ഇ പി യും ആധുനിക വിദ്യാഭ്യാ സ സമ്പ്രദായങ്ങളും അധ്യാപനത്തിൽ മാറ്റങ്ങൾ വരുത്താൻ ശ്രമിക്കും മുമ്പ് വിദ്യാർത്ഥികളുടെ ഉള്ളറിഞ്ഞ് പഠിപ്പിച്ച അധ്യാപകൻ അതും ഒരു 'ലക്ചറർ'!

ചിന്താശലഭത്തിന് കണ്ണു നിറയുന്നു. ക്യാംമ്പസിലെ കണിക്കൊന്ന യിലിരുന്ന് രണ്ടിറ്റു കണ്ണീർ വാർക്കാതെ ഇനിയതിന് കോലോത്തെ കിഴ ക്കേ വളപ്പിലേക്ക് തിരിച്ചെത്താനാവില്ല.

അബു

'കണ്ണുകളാം ദൈവം നൽകിയ
കനക വിളക്കുകളുള്ളവരേ...
കണ്ണില്ലാ പാവത്തെ കണ്ട്
കണ്ടില്ലെന്നു നടിക്കരുതേ...'

കോളേജുകഴിഞ്ഞ് ബസിൽ കയറിയാൽ വടക്കാഞ്ചേരി ബസ് സ്റ്റാന്റിൽ 10-15 മിനുട്ട് ഹാൾട്ടുണ്ട്. അവിടെ സ്ഥിരം കേൾക്കുന്ന ശബ്ദം. അബു.

അബുവിന്റെ രണ്ടു കണ്ണും ആരോ ചൂഴ്ന്നെടുത്തതുപോലെ രണ്ടു കുഴികൾ മാത്രമായിരുന്നു. ആരൊക്കെയോ കൊടുത്ത ഇറുകിയതോ അയഞ്ഞതോ ആയ ഷർട്ടും പാന്റുമായിരുന്നു വേഷം. ഏകദേശം അഞ്ച ടി പൊക്കം: ഇരു നിറത്തിൽ മെലിഞ്ഞ ദേഹ പ്രകൃതം.നീണ്ട മുഖം പ ലപ്പോഴും പറഞ്ഞാൽ അനുസരിക്കാത്ത പോലെ വളർന്നു നിൽക്കുന്ന കുറ്റിത്താടി. ഇതായിരുന്നു കാഴ്ചയിൽ ഒരു 35-40 വയസ് അന്ന് തോന്നി ച്ചിരുന്ന അബു.

ഹൃദയസ്പർശിയായ ഈണത്തിൽ ഈ പാട്ട് മുഴുവൻ പാടും അ ബു. അതിനു ശേഷം ഒരു കയ്യിലെ വടിയും കുത്തി മറ്റേ കൈ കൊണ്ട് ബസിലെ അപ്പുറത്തും ഇപ്പുറത്തുമുള്ള യാത്രക്കാരോട് ഭിക്ഷ യാചി ക്കും.

അബൂന്റെ പാട്ടുകേൾക്കുമ്പൊ പലപ്പഴും കണ്ണു നിറയും
'യാചിക്കാൻ ആശയില്ലെന്നാൽ
യാചനയല്ലാതൊരു തൊഴിൽ ചെയ്യാൻ സാധ്യതയില്ലല്ലോ!'
ശരിക്കും അയാളുടെ നിസ്സഹായാവസ്ഥയെ പകർത്തിയെടുത്ത വരി കൾ. കയ്യിൽ ഒരു താളപ്പലക (രണ്ടു മക്കഷ്ണങ്ങൾ വാൽക്കണ്ണാടി രൂപത്തിലാക്കിയത്) ഉണ്ടാകും .അതിൽ കൊട്ടിക്കൊണ്ടാണു പാട്ട്.

വളരെ സൗമ്യമായ സംസാരം .കൈ നീട്ടുന്നതിനിടെ അബു ആവർ ത്തിക്കാൻ മറക്കാറില്ല; 'മറക്കല്ലേ ട്ടോ.. വേറൊരു തൊഴിലെടുക്കാൻ പറ്റാത്ത അവസ്ഥയാണേ.... എല്ലാരും അറിഞ്ഞ് സഹായിക്കണേ....'

വർഷങ്ങൾ കഴിഞ്ഞപ്പോൾ നഗരത്തിന്റെ മുഖം മാറി. പുതിയ കടക
ളും ബസ് സ്റ്റാന്റും ബൈപ്പാസുമായി. അബുവിനെ നാലഞ്ചു വർഷമാ
യി കാണുന്നില്ല. സർക്കാർ ഭിക്ഷാടനം നിരോധിച്ച ശേഷമാവാം മാത്ര
മല്ല അബുവിന് ഏറെ പ്രായവുമായിക്കാണും!

അബൂനെ പറ്റി ഞാൻ അന്നൊക്കെ ചിന്തിക്കാറുണ്ടാരുന്നു. .അബു
വിന്റെ കൂടെ അദ്ദേഹത്തിന്റെ ഭാര്യയെന്നു തോന്നിക്കുന്ന ഒരു സ്ത്രീ
യോ മകനെന്നു തോന്നിക്കുന്ന ഒരു കുട്ടിയോ ഉണ്ടാകാറുണ്ട്. അവർ
ബസിന്റെ പടി കയറാൻ സഹായിച്ചുകൊടുത്ത് മാറി നിൽക്കും. ഒരു
ബസിലെ ഭിക്ഷാടനം കഴിഞ്ഞാൽ പടികളിറക്കി അടുത്ത ബസിലേക്ക്.

ബസുകൾ നിർത്തിയിട്ടിരുന്ന സ്ഥലത്തിന് (ഇന്നത്തെപ്പോലെ ബസ്
സ്റ്റാന്റല്ല അന്ന്) അല്പം നീങ്ങിയാണ് കോടതി കെട്ടിടം.

പഴയ ഒരു ഓട്ടു കെട്ടിടം. റോഡിൽ നിന്ന് പടികൾ കയറി ചെറി
യൊരു ഗേറ്റ്. വിശാലമായ മുറ്റം. മുറ്റത്ത് പന്തലിച്ചു നിൽക്കുന്ന മാവ്.
ഒരു നാലുമുറികെട്ടിടത്തിന്റെ വലുപ്പമാണ് അന്ന് ആ കെട്ടിടത്തിന് ഉണ്ടാ
യിരുന്നത്. അതിന്റെ ഒരു ഭാഗത്ത് ഒഴിഞ്ഞ വരാന്തയിലായിരുന്നു അബു
വിന്റെയും കുടുംബത്തിനേറെയും താമസമെന്ന് ഞാൻ മനസിലാക്കി.

ബസു കാത്തു നിൽക്കാൻ കോടതി മുറ്റത്തെ മാഞ്ചോട്ടിലാണ് അ
ന്നൊക്കെ നിൽപ്പ്. അവിടെ നിൽക്കുമ്പൊ വരാന്തയിലെ അബുവിന്റെ
താമസസ്ഥലത്തിന്റെ ശോച്യാവസ്ഥയിലേക്ക് പലപ്പഴും കണ്ണും മനസും
ചെന്നെത്തും. എന്തു ചെയ്യാൻ! എങ്കിലും അഭിമാനം തോന്നും. രണ്ടു
കണ്ണുകളില്ലാതെയും അബുവും കുടുംബവും ജീവിക്കുന്നു!

അബുവിന്റെ കണ്ണുകൾ എങ്ങനെ നഷ്ടപ്പെട്ടതാവാം? പലപ്പഴും ഉള്ളിൽ
നിന്ന് ഉയരുന്ന ചോദ്യം. ആരോടും ചോദിച്ചില്ല പക്ഷെ. കാരണം ആരോ
ടും അധികം മിണ്ടുന്ന പ്രകൃതമായിരുന്നില്ല എന്റേത്. പിന്നെ ഇദ്ദേഹ
ത്തിനെ കുറിച്ച് ആരോടെങ്കിലും ചോദിക്കാനുള്ള ഒരു ധൈര്യവും അന്നി
ല്ല. പക്ഷെ അബുവിനെ പോലെ പരിചിതനായ മറ്റൊരാൾ അന്നത്തെ
ഓർമ്മയിൽ ആരും ഇല്ല താനും! ആ ഇടറിയ ഗാനം വരച്ചു തന്ന അയാ
ളുടെ ജീവിത ചിത്രത്തിനേക്കാൾ മറ്റെന്ത് അറിയാൻ!

വർഷങ്ങൾ കഴിഞ്ഞും നഗരത്തിന്റെ മുഖഛായ മാറിയും, പാതകളു
ടെ, കടകളുടെ ബസിന്റെ ഒക്കെ കെട്ടും മട്ടും മാറിയും നഗരം വികസി
ച്ചു. പക്ഷെ വടക്കാഞ്ചേരി എത്തുമ്പോൾ ഇപ്പോഴും എവിടെയോ തന്റെ
പലകത്താളത്തിൽ കൊട്ടി അബു പാടുന്ന പോലെ ... ഒരു തോന്നൽ !

'കണ്ണുകളാം ദൈവം നൽകിയ
കനക വിളക്കുകളുള്ളവരേ...

കണ്ണില്ലാ പാവത്തെ കണ്ട്
കണ്ടില്ലെന്നു നടിക്കരുതേ..........

(പത്തു വർഷങ്ങൾക്ക് മുമ്പ് വരെ വടക്കാഞ്ചേരി വഴി യാത്ര ചെയ്ത ഏതൊരാളും കേൾക്കാതിരിക്കാൻ വഴിയില്ല ഈ പാട്ട് . കാണാതിരിക്കാൻ വഴിയില്ല ഇയാളെ. പേര് സാങ്കല്പികമാണ്. ഇദ്ദേഹത്തെ പറ്റി അറിയുന്നവർ പറയണേ... പഴയ വടക്കാഞ്ചേരിയുടെ ചിത്രങ്ങൾ ഉള്ളവർ Share ചെയ്യണേ..)

ഈ ഗായകനില്ലാത്ത വടക്കാഞ്ചേരി ഇദ്ദേഹത്തെ അറിയുന്നവർക്ക് അതു വഴി പോകുമ്പോൾ ഓർമ്മയിൽ ഒരു നൊമ്പര ചിത്രം തീർക്കാതിരിക്കില്ല തീർച്ച)

അവൾ വരാതിരുന്നില്ല

സായംസന്ധ്യക്ക് ഇന്നല്പം സുവർണ്ണ പ്രഭ കൂടുതലാണോ? അവ ളുടെ മടിയിലെ തുടുതുടുത്ത ചുവന്ന സൂര്യ ഗോളം പാതയുടെ അങ്ങേ അറ്റത്ത് മുന്നിലും വലതു സൈഡിലുമായി അനുഗമിക്കുന്നതായി തോ ന്നി നേർത്ത കാറ്റിൽ പാടത്തിനക്കരെ കുന്നിൻ മുകളിൽ തൊട്ടു തൊട്ടി ല്ല എന്ന ഭാവത്തിൽ! കൺകുളിരെ കാണാൻ സമയമില്ലാത്ത വേഗത യിൽ യാത്ര.

ലോകത്തിന്റെ വേഗത കുറഞ്ഞെങ്കിലും സമയം നെട്ടോട്ടമോടുന്ന കുതിരവണ്ടി പോലെ ഏതോ ലക്ഷ്യസ്ഥാനത്തേക്ക് ഓടിക്കൊണ്ടേ ഇരി ക്കുന്നു.

ഓർമ്മക്കിളി ഇന്ന് പറന്നു പോകുന്നത് കൊല്ലങ്കോട്ടെ ധാത്രി ഗേൾ സ് സ്ക്കൂളിലേക്കാണ്. അധ്യാപനത്തിന്റെ ആദ്യ നാളുകൾ അവിടത്തെ ഓർമ്മകളാൽ സമ്പന്നമാണ്.

'ടീച്ചർ ... യു ആർ സോ കൈൻഡ് .ഐ മിസ് യൂ എ ലോട്ട്'

സൗമ്യ.

ഏറെ നാളുകൾക്കു ശേഷം വർഷങ്ങൾക്കു മുമ്പ് പഠിപ്പിച്ച വിദ്യാർ ത്ഥിനി വാട്സാപ്പിലൂടെ പരിചയം പുതുക്കിയപ്പൊ ഓർമ്മക്കിളി 2007ലേ ക്ക് പറന്നു.

ഇംഗ്ലീഷ് മീഡിയത്തിലെ ഏറെ സംസാരിക്കാത്ത എന്നാൽ നോട്ട ത്തിൽ തീക്ഷ്ണതയുള്ള എട്ടാം ക്ലാസുകാരി

ഗ്രാമർ ക്ലാസുകളിൽ മികച്ച പ്രകടനം കാഴ്ചവച്ച അവളെ ഞാൻ നേരത്തെ നോട്ടു ചെയ്തു. ഒൻപതാം ക്ലാസിൽ എന്റെ ക്ലാസിലായി. അവളെ കൂടുതൽ ശ്രദ്ധിച്ചത് സ്ക്കൂൾ വിനോദയാത്രയിൽ കുട്ടന്റെ (മകൻ) കയ്യും പിടിച്ച് അനുജനെ പോലെ കൊണ്ടു നടന്നപ്പോഴാണ്. അതു വരെ കാണാത്ത വാത്സല്യത്തിന്റെ സ്നേഹത്തിന്റെ ബഹിസ് ഫുരണം അവളുടെ കണ്ണുകളിൽ. അത് കളയാതിരിക്കാൻ മോൻ അവ ളുടെ കൂടെ തന്നെ ആ യാത്ര കഴിയും വരെ നടന്നു. ഓർമ്മച്ചിത്രങ്ങളി ലൊന്നിൽ അവനെ ചേർത്തു നിർത്തി എടുത്ത സൗമ്യയുടെ ഫോട്ടോ

അതു വീണ്ടും എടുത്തു നോക്കി.

'നിനക്ക് സുഖമാണോ?'

'അതെ.'

'എവിടെയാ?'

'തിരുവനന്തപുരം.'

'തിരുവനന്തപുരം?'

'അതെ ടീച്ചർ. ഇവിടെ പഠിക്കുവാ.'

'എന്ത്?'

'സി.എ'

'നന്നായി. അമ്മ?'

'പാലക്കാടുണ്ട് ടീച്ചർ'

' സുഖാണോ?'

' ഉം. അമ്മ കല്യാണം കഴിച്ചു.'

' അപ്പൊ അച്ഛൻ ?'

' അയാളെ ഉപേക്ഷിച്ചു ടീച്ചർ.'

നിസ്സംഗമായ ഒരു ഫുൾ സ്റ്റോപ്പ്. പിന്നെ അധികം സംസാരിച്ചില്ല.

ഞാനോർക്കുന്നു. ഒരു ബുധനാഴ്ച ആദ്യ പിരീഡ് സ്വന്തം ക്ലാസി ലെ അധ്യാപനം കഴിഞ്ഞ് സ്റ്റാഫ് റൂമിലേക്ക് തിരിച്ചു വരുന്ന സമയം പകുതി ദൂരമായിക്കാണും.

ധാത്രി സ്ക്കൂളിന്റെ വരാന്തയിലൂടെ ഉള്ള നടത്തം നല്ല രസമാണ്. എച്ച്. എം മാർക്ക് ഒരേ സമയം എല്ലാ ക്ലാസിലേക്കും കണ്ണെത്തും വിധം ഗ്രൗണ്ടിനു ചുറ്റും ദീർഘചതുരാകൃതിയിൽ നിരനിരയായ ക്ലാസുമുറി കൾ.

മുൻ ശുണ്ഠിക്കാരനും അല്പം പരിഹാസപ്രിയനുമായ വീര രാഘ വൻ മാസ്റ്ററുടെ ഭരണകാലത്തിനു ശേഷം ഉദിച്ചു വന്ന നിലാവിന്റെ കുളിർ മ്മ പോലെ വന്ന ഉദയം ടീച്ചറുടെ ഭരണകാലം. സ്ക്കൂളിന് ഒരു പുതിയ ഉണർവ്വ് വന്നിരിക്കുന്നു. സ്ക്കൂളിലെ ഏതു ക്ലാസിലെയും ഏതു കുട്ടി യേയും തിരിച്ചറിയുന്ന ടീച്ചർ. സൗമ്യമായ എന്നാൽ വളരെ കാര്യക്ഷമ മായ പെരുമാറ്റം. സഹപ്രവർത്തകർക്ക് ഏറെ സമ്മതയായിരുന്നു ടീച്ചർ.

'എന്താ കുട്ടീ... എം. എ യും സെറ്റും എല്ലാ കഴിവും ണ്ട്. പക്ഷ രെ ജിസ്റ്റർ കണ്ടാൽ നല്ല തല്ല് തരാൻ തോന്ന് ണ്ട്' അല്പം ഗൗരവത്തോ ടെ സ്വകാര്യമായി എച്ച്. എം റൂമിലേക്ക് വിളിച്ചു ശകാരിക്കുമ്പൊ ഒരമ്മ യുടേയോ മൂത്ത സഹോദരിയുടേയോ ഒക്കെ ശുണ്ഠി കാണാം. അതേ നിമിഷം ആ ശുണ്ഠി അലിഞ്ഞലിഞ്ഞു പോയി ഒരു പുഞ്ചിരിയോടെ

വീണ്ടും പറയും.

'ഒന്നു ശ്രദ്ധിച്ചെഴുതൂ കുട്ടീ. എന്താ ഈ വെട്ടും തിരുത്തും!'

'പകർത്തി എഴുതാൻ പ്രയാസായിട്ടാ ടീച്ചർ'

അതു ടീച്ചറിന് അറിയാതല്ല.

ഓരോ അധ്യാപകരുടേയും പ്ലസും മൈനസും അറിഞ്ഞ് പ്ലസിനെ ഉറക്കെ പറയുകയും മൈനസിനെ തിരുത്താൻ സഹായിക്കുകയും ചെയ്യു ന്ന എന്റെ മോഡൽ പ്രഥമാധ്യാപിക.

എതിരേ വന്ന ഉദയം ടീച്ചർ സബ് ജില്ലാ കലോത്സവത്തിന്റെ കാര്യം സൂചിപ്പിച്ച് കടന്നു പോയ്ക്കഴിഞ്ഞപ്പൊ പുറകിൽ നിന്നൊരു വിളി.

' മാം...'

ഇംഗ്ലീഷ് മീഡിയം കുട്ടികൾക്ക് ഈ 'മാം' വിളി കൂടുതലാരുന്നു. അതു കേട്ടാൽ എനിക്ക് നീരസവും.

തിരിഞ്ഞു നോക്കിയപ്പൊ സൗമ്യ

'ന്താ കുട്ടീ'

'മാം.. നിക്കൊരു കാര്യം പറയാണ്ട്' വളരെ ഗൗരവത്തിൽ അവൾ.

'പറഞ്ഞോളൂ' അല്പം വിനയത്തോടെ ഞാൻ.

'ഇവിടന്ന് പറയാൻ പറ്റില്ല മാം.'

'പിന്നെ!'

'എനിക്കല്പം പേഴ്സണൽ ടൈം വേണം.'

'തരാലോ .മൂന്നാം പിരീഡ് ഫ്രീയാ അപ്പൊ മതിയോ'

അവൾ തല കുലുക്കി തിരിച്ചു പോയി.

എന്തായിരിക്കും അവൾക്ക് പറയാനുള്ളത്?!

മൂന്നാം പിരീഡിൽ അവൾ എത്തി സ്റ്റാഫ് റൂമിൽ

'എസ്ക്യൂസ് മി മാം. ഒന്ന് പുറത്ത് വരോ?'

'കുട്ടി ടീച്ചറെന്നു വിളിച്ചോളൂ. വരാം.'

അവളോടൊപ്പം പുറത്തിറങ്ങി ഗ്രൗണ്ടിനപ്പുറത്തെ ഒഴിഞ്ഞ ക്ലാസ് റൂമിലേക്ക് നടന്നു.

'ടീച്ചർ .... ടീച്ചറിന്നലെ അച്ഛനുമമ്മയും PTA മീറ്റിംഗിന് വരണമെന്ന് പറഞ്ഞില്ലേ ? അയാൾ വരില്ല ടീച്ചർ. അയാളൊരു ഫ്രോഡാ.'

അവൾ അവിടെ ഒന്ന് നിർത്തിയോ ഓർമ്മയില്ല പക്ഷെ ആ വാക്ക് സ്വന്തം അച്ഛനെ വിശേഷിപ്പിച്ച് ഒരു ഒൻപതാം ക്ലാസുകാരി ദേഷ്യം ഉള്ളിൽ അടക്കാനാവാതെ പറഞ്ഞപ്പൊ ഞാൻ ഇത്തിരി നേരം സ്തബ്ധ യായി നിന്നു പോയി. പിന്നീട് അയാളെ പറ്റി എന്തു ചോദിക്കണമെന്ന് അറിയാതായി അല്ലെങ്കിൽ തിരിച്ചൊരു മറു ചോദ്യത്തിന് ഇടനൽകാ

ത്ത വിധം അവൾ അവിടെ ഒരു ഫുൾ സ്റ്റോപ്പിട്ടു.

'അമ്മ ?'

'കോയമ്പത്തൂരാ ടീച്ചർ ജോലി . ദാ ഫോൺ നമ്പർ'

അതും തന്ന് അവൾ നടന്നു നീങ്ങി.

അമ്മയെ വിളിച്ച് സംസാരിക്കണം. എല്ലാം അറിയണം എന്നൊക്കെ മനസ്സിൽ കരുതി. പി.ടി. എ ക്ക് ഒരാഴ്ച ഉണ്ടായിരുന്നു.

രണ്ടു ദിവസം കഴിഞ്ഞപ്പോൾ അവളുടെ അമ്മ ടി.സി വാങ്ങാൻ വന്നു.

' എറണാകുളത്തെ ഒരു ഹോസ്പിറ്റലിലേക്ക് മാറി ടീച്ചർ. മോളെ കൊണ്ട് ഇന്ന് തന്നെ പോണം.'

നിസ്സംഗത തുളുമ്പി നിന്ന രണ്ടു മിഴികൾ അമ്മയുടെ പുറകിൽ എന്നെ നോക്കി നിൽപ്പുണ്ടായിരുന്നു. ഒന്നു നിറുകിൽ തടവി 'നന്നായി പഠിക്ക ണം.' എന്ന് ഞാൻ പറഞ്ഞപ്പോഴും അവൾക്ക് ഭാവമാറ്റമില്ലായിരുന്നു. അമ്മയോടൊപ്പം അവൾ നടന്നകന്നത് ഇന്നും ഓർക്കുന്നു.

(അടുത്ത വർഷം ഞാൻ നാട്ടിലെ എന്റെ സ്കൂളിലേക്ക് തിരിച്ചു പോന്നു. ധാത്രിയിലെ ദിനങ്ങൾ ഓർമ്മകളായി. ഫോൺ വിളികളിലും വാട്സാപ്പ് സന്ദേശങ്ങളിലും ഇന്നും ആ മക്കൾ കൂടെ ഉണ്ട് എന്നത് ഏ റെ സന്തോഷമാണ്)

വാട്സാപ്പിൽ വീണ്ടും ഞാൻ ചോദിച്ചു.

'സുഖാണോ നിനക്ക്?'

'അതെ ടീച്ചർ. ജീവിതം ഒരു പാട് പഠിപ്പിച്ചു.'

എന്തേന്നു ചോദിക്കാൻ വന്ന ജിജ്ഞാസ പെട്ടെന്ന് കുത്തിക്കെടു ത്തി കാരണം തന്റെ വിദ്യാർത്ഥിക്ക് ഒരു കൈ സഹായം നൽകാൻ കഴിയാതിരുന്ന അധ്യാപികക്ക് അതു ചോദിച്ചറിയാൻ അവകാശമില്ല. മാത്രമല്ല അവസാനമായി അവളെ കണ്ടപ്പോൾ ആ കുഞ്ഞു മുഖത്തു കണ്ട നിസ്സംഗത വീണ്ടും ഓർമ്മയിൽ തെളിഞ്ഞു.

'നിനക്കെങ്ങനെ എന്റെ നമ്പർ കിട്ടി '

'സജ്ന തന്നു. എനിക്ക് ടീച്ചറിനെ കാണാൻ തോന്നി'

'അതിനെന്താ... വരൂ...'

'ഞാനത് സങ്കൽപ്പിക്കാറുണ്ട് ടീച്ചർ. വീണ്ടും ടീച്ചറിനെ കാണുന്ന രംഗം. ഞാൻ വരും ടീച്ചർ. ഒരു ജോലി ആയാൽ ആദ്യം ഞാൻ ടീച്ചറെ കാണാനാണു വരിക.'

'സന്തോഷം. എന്റെ കുട്ടിക്ക് എത്രയും വേഗം ജോലി ആവട്ടെ.'

ശരിക്കും അന്ന് അവളെനിക്ക് തന്നത് നിറമുള്ള പ്രതീക്ഷയാണ്. പടി ഞ്ഞാറേ മാനത്ത് ഇപ്പോ അരുണാഭ ചൊരിയുന്ന ഈ സൂര്യബിംബം

നാളെ നേരത്തെ വരാം എന്നു നൽകുന്ന പ്രതീക്ഷ പോലെ... അവൾ വരും വർണ്ണാഭമായ ഒരു പുലരി പോലെ തീർച്ച എന്റെ മനസ് പറഞ്ഞു.

(നീണ്ട 14 വർഷത്തെ ഇടവേളക്കു ശേഷം കഴിഞ്ഞ സെപ്റ്റംബ റിൽ അവൾ വന്നു .... കൈ നിറയെ സമ്മാനങ്ങളും മനസു നിറയെ സ്നേഹവുമായി ! രണ്ടു ദിവസം എന്റെ കൂടെ നിന്ന് അവളുടെ കാറിൽ അവളെന്നെ അനുഗമിച്ചു ....എന്റെ സ്ക്കൂളിലേക്ക്, തറവാട്ടിലേക്ക്, എന്റെ ഗ്രാമത്തിലെ പാടക്കാഴ്ചകളിലേക്ക് ഒക്കെ......)

ചില മക്കൾ അങ്ങനെയാണ് നമ്മളറിയാതെ അവർ നമ്മുടെ മന സിലും അവരറിയാതെ നമ്മൾ അവരുടെ മനസിലും സ്ഥാനം പിടിച്ചിരി ക്കും! ജീവിത യാത്രയിൽ അവർ നമ്മെ മനസു കൊണ്ട് കൂട്ടുകയും ചെയ്യും...

മറവി ചിതലരിക്കാതെ ഏടുകളിൽ ഒന്നിൽ ഇതു രേഖപ്പെടുത്താതെ വയ്യ!

ഓർമ്മക്കിളിക്ക് അഭിമാനത്തിന്റേയും സന്തോഷത്തിന്റേയും ഒരു കിളി ക്കൊഞ്ചൽ !

തോർന്ന മഴയുടെ തോറ്റം

'ചിത്രമ്മേ..... നമ്മടെ 9 ബി.'

പ്രിയ ശിഷ്യ സംഗീത കണക്കു ടീച്ചറായി സ്ക്കൂളിലെത്തിയപ്പൊ വീണ്ടും ആ 9 ബി യിൽ പോയി ഞങ്ങൾ ഇരുന്നു.

ഓർമ്മക്കാറ്റ് മെല്ലെ തഴുകി എത്തി.

..... 2009 ലേക്ക്...

പാഠ ഭാഗങ്ങൾ ഏറ്റവും നന്നായി അവതരിപ്പിച്ച് ഫലിപ്പിക്കാൻ കഴി വുള്ളവരാണ് മികച്ച അധ്യാപകർ എന്നാണ് ചാത്തനൂരിൽ എത്തുന്ന തുവരെ പുലർത്തിയിരുന്ന ധാരണ.

അധ്യാപനത്തിന്റെ അർത്ഥവും വ്യാപ്തിയും, അധ്യാപികയുടെ റോളും മാറ്റി എഴുതപ്പെടുന്ന ദിനങ്ങൾ ....

അനന്തസാധ്യതകളുടെ അഴിച്ചിട്ട ലോകം! അവിടെ ഓരോ വിദ്യാർ ത്ഥിയും പുതിയ പാഠപുസ്തകങ്ങളാകുന്നു. പഠിപ്പിച്ച അധ്യാപകർ വര ച്ചിട്ട വഴികളാകുന്നു . വരക്കാത്ത വഴികളിൽ പുതുമയുടെ അന്വേഷണ വും !

ചാർജെടുത്ത് ആദ്യത്തെ ക്ലാസ് .... 9 ബി.

ക്ലാസിൽ കയറിയതും ഒരു ശീൽക്കാരം. സഗൗരവം മികച്ച അധ്യാ പന പാടവങ്ങൾ ഓർത്തെടുത്തു കൊണ്ട് ഗുഡ് മോണിംഗ് വിഷ് ചെയ് തു... മറുപടിയായി ഒരു കൂക്ക് !

വീണ്ടും ഒരു ചിരിയോടെ വിട്ടു കൊടുക്കാതെ ചമ്മൽ മറച്ച് അവരു ടെ മുന്നിൽ നിന്നപ്പൊ പിൻബെഞ്ചിൽ നിന്ന് അൻവർ കുട്ടി ചാടി എണീറ്റു.

'ടീച്ചറേ... ഇംഗ്ലീഷൊന്നും പഠിച്ചിട്ട് ഒരു കാര്യോം ല്ല'

'അതെന്താ ?'

'മാണ്ട ടീച്ചറെ. ബടെ മലയാളന്നെ പറ്റൂല പിന്നല്ലി ഇംഗ്ലീഷ്.'

മറ്റു കുട്ടികൾ കൂട്ടച്ചിരി.

ഒരു ചിരിയോടെ അവരുടെ അടുത്തേക്ക് നീങ്ങി. തൽക്കാലം ഇംഗ്ലീ ഷ് ക്ലാസ് നടക്കില്ല എന്നു തീർച്ചയാക്കി.

പിന്നെ അവരെ അറിയാനുള്ള ശ്രമമായി. അവന്റെ കൂടെ ആ

ബഞ്ചിൽ മറ്റു നാലു പേർ : തോറ്റും തോൽപ്പിച്ചും ആ ക്ലാസിൽ വില്ലൻ മാരായി സ്വയം വാർത്തെടുക്കാൻ അവസരം ലഭിച്ചവരാണ് അവരെന്ന് പെട്ടെന്നു മനസിലായി. പിന്നേയും കുറെ സംസാരിച്ചു അവർ അന്നു തന്നെ. ഒരു ശത്രുവിനോടോ കോമാളിയോടോ കളിയാക്കുന്ന ശൈലി യിൽ. രണ്ടു പേർക്ക് ഇരുപതിനടുത്ത് പ്രായമുണ്ട്. അഞ്ചു പേരും കട്ട ചങ്ങാതിമാരും ! എല്ലാർക്കും അത്യാവശ്യം എഴുതാനും വായിക്കാനും അറിയാം...

പിന്നീടുള്ള ദിവസങ്ങൾ പലതും പുസ്തകം മാറ്റി വച്ച് അവരുടെ കൂടെയായി...

അധ്യാപകരോട് തറുതല പറയാനും സമര കാഹളങ്ങളിൽ മുൻപ ന്തിയിൽ നിൽക്കാനും അവർ വിദഗ്ധത നേടിയിരുന്നു. സമരം ഏതു കുട്ടി രാഷ്ട്രീയ പാർട്ടിയുടേതുമാകട്ടെ മുന്നിൽ അവർ തന്നെ : തല്ലാണു മുഖ്യ ഹോബി. കയ്യിൽ വടിയും വടിവാളും കരുതുമത്രെ എപ്പോ വേണ മെങ്കിലും ഒരു തല്ല് വരാം എന്ന മുൻകരുതൽ !

എന്തിനാ തല്ല്? വളരെ ഗൗരവമുള്ളതാണു പ്രശ്നങ്ങൾ.

'ഞാൻ നോക്കിയ ലൈനിനെ അവൻ നോക്കി. ചോദിക്കാൻ ചെന്ന പ്പൊ അവന്റെ ക്ലാസുകാർ തല്ലാൻ വന്നു. പിന്നെ ഞങ്ങടെ ക്ലാസാർ നോക്കിയിരിക്കോ ടീച്ചറെ ?!'

എന്റെ ഡിക്ഷനറിയിൽ കുറെ പുതിയ പദങ്ങൾ എഴുതിച്ചേർക്കേ ണ്ടി വന്നു അവരോടൊപ്പം മുന്നോട്ടു പോകാൻ...

പ്രണയം ഓരോ പുൽനാമ്പിലും മണത്തറിയാൻ കഴിയുന്ന സ്ക്കൂൾ കാമ്പസ്. വിഷയങ്ങളെ ഒട്ടും ഗൗരവം കുറച്ച് കണ്ടു കൂട. ഒന്നു കൂട്ടു കൂടിയാൽ എല്ലാം തുറന്നു പറയുന്ന ആൺമക്കൾ. എത്ര കൂട്ടുകൂടിയാ ലും പലതും മറച്ചു വക്കാൻ അറിയുന്ന പെൺമക്കൾ. അവരിലേക്കിറ ങ്ങിയപ്പൊ പൊയ്പ്പോയ കൗമാരം വീണ്ടും എന്നെ നോക്കി ചിരിച്ചു.

വെറുതെ കൂടെ നിന്നാൽ മതി അവരുടെ ഓരോ ചലനങ്ങളും അറി യാൻ... മനസു കൊണ്ടൊന്നു മൂളിയാൽ മതി അവരോടുക്കാൻ...

ചിരിക്കാനും ചിന്തിക്കാനും പാഠ്യപദ്ധതിക്കപ്പുറം നീങ്ങാനും പഠിച്ച നാളുകൾ. ഉള്ളിലെ ട്രഡിഷണൽ അധ്യാപികക്ക് ഇടക്കൊരു വയറുകാ ളൽ ചട്ടക്കൂട്ടിൽ നിന്ന് നല്ലൊരു പാഠാവതരണം സാധ്യമല്ലല്ലോ ന്! പതിയെ പതിയെ അവളറിയുന്നു... ജീവിത യാത്രയിലെ കഥ പറച്ചിൽ മാത്രമാണ് പാഠാവതരണം : അതിനപ്പുറത്തെ യാഥാർത്ഥ്യങ്ങളിൽ നിന്നു മാറി നിൽക്കുമ്പൊ ആ കഥപറച്ചിൽ അരോചകമാവുന്നു എന്ന്... താൻ ഉദ്ദേശിച്ച കഥ അവർ കേൾക്കണമെങ്കിൽ ആദ്യം അവർ പറയുന്ന കഥ

കൾ മൂളി കേൾക്കാനാവണമെന്ന് !

അങ്ങനെ ആ വർഷം അവരായി എന്റെ താരങ്ങൾ. സമരത്തിലും തല്ലിലും എന്നെ കൂടി കൂട്ടണമെന്ന് ശാഠ്യം പിടിച്ചപ്പൊ പതിയെ അവർ അതിൽ നിന്നു മാറിത്തുടങ്ങി.

മാറ്റം അംഗീകരിക്കപ്പെടാനായിരുന്നു പിന്നീട് പണി. പത്താം ക്ലാസി ലേക്ക് ജയിപ്പിച്ചാൽ 'ഉത്തര വാദിത്വം' ആര് ഏറ്റെടുക്കും? ഏറ്റവും ജൂനി യറായ എന്നെ എങ്ങനെ പത്താം ക്ലാസിന്റെ ചാർജേൽപ്പിക്കും?! സ്ക്കൂ ളിൽ പ്രശ്നമുണ്ടായിരുന്നപ്പോൾ വീട്ടിലേക്ക് വിളിച്ചാൽ വരാൻ പോലും പേരിന് ആരുമില്ല പലർക്കും !

ഒടുവിൽ അവരുടെ ഒരു സത്യവാങ്മൂലത്തിന്റെ ഫലത്തിൽ അഞ്ചു പേരേയും അഞ്ചു ഡിവിഷനുകളിലാക്കി പത്തിലേക്ക് പറഞ്ഞയക്കാമെ ന്ന് ധാരണയായി.

ആയിടെയാണ് ഒരു സർജറിയുമായി ബന്ധപ്പെട്ട് എന്നെ പെട്ടെന്ന് ആശുപത്രിയിൽ അഡ്മിറ്റ് ചെയ്യുന്നത്.

ഇന്നത്തെ പോലെ മൊബൈൽഫോൺ സൗകര്യമില്ല അന്ന്. രണ്ടു ദിവസം അടുപ്പിച്ച് എന്നെ കാണാതായപ്പൊ കുട്ടികൾ സ്റ്റാഫ് റൂമിൽ അന്വേഷിച്ചിരിക്കുന്നു.

പിറ്റേന്ന് രാവിലെ തന്നെ അവർ അഞ്ചു പേരും ഹോസ്പിറ്റൽ റൂമി ലെത്തിയിരുന്നു !!!

'അയ്യോ ഡാ ! നിങ്ങളെന്തിനാ വന്നെ ? ടീച്ചറ് സ്കൂളിൽ വരു ലോ വേഗം !'

ചോദിച്ചതും പറഞ്ഞതും കേൾക്കാത്ത മട്ടിൽ സഗൗരവം അവർ നിന്നു. പിന്നെ പതിയെ എന്റെ ബെഡിനു ചുറ്റും ഇരുപ്പായി.

സ്ക്കൂളിലെ വിശേഷങ്ങൾ ചോദിക്കുമ്പൊ മൂളലും ഒറ്റവാക്കിൽ ഉത്ത രോം..

എനിക്കു മനസിലായി അവർക്കെന്നെ മിസ് ചെയ്യുന്നുവെന്ന് !

'ടീച്ചറ് വേഗം വരും ട്ടോ സ്കൂളിലേക്ക്'

നിറഞ്ഞ ചിരികളിൽ അവരുടെ നിഷ്കളങ്കത വീണ്ടും ഞാൻ കണ്ടു.

'ന്നാ ടീച്ചറെ. ദ് വച്ചോ : 'മുജീബ് നീട്ടിയ പൊതിയിൽ നിറയെ നോട്ടു കൾ!'

'എന്താദ് !?' ഞാനവരെ തുറിച്ചു നോക്കി.

'പേടിക്കണ്ട ടീച്ചറെ... ഞങ്ങള് പണിത കാശശന്നേണ്.'

കണ്ണുകൾ നിറഞ്ഞുവോ!

(എനിക്കറിയാമായിരുന്നു .... അവരെന്തു പണികളാണ് സ്വന്തം

കുടുംബം കൊണ്ടു പോകാനുള്ള ഉത്തരവാദിത്വത്തിൽ ശനിയും ഞായ റും ചെയ്തിരുന്നതെന്ന് ! അൻവറുകുട്ടി നല്ല പെയിന്ററായിരുന്നു (ഞങ്ങ ളുടെ ക്ലാസ് മുറി പെയ്ന്റ് ചെയ്യാൻ അവൻ തന്നെയാണ് നേതൃത്വം നൽ കിയത്) : ദിലീപ് മരത്തിൽ കൊത്തുപണികൾ ചെയ്യാൻ പോയിരുന്നു ചേട്ടന്റെ കൂടെ.. താഹിറിന് 21 വയസ്സുണ്ടായിരുന്നു അവൻ വാഹന ങ്ങൾ ഓടിച്ച് (പ്രത്യേകിച്ച് അന്ന് മണൽലോറികളിൽ സഹായികളായി ചില കുട്ടികളെ കൂട്ടിയിരുന്നു.) സജീവ് പച്ചക്കറി കടയിൽ സഹായിയാ യും പോയിരുന്നു. (ഇതറിഞ്ഞ് മറ്റു കുട്ടികൾ അന്ന് കളിയാക്കുമ്പൊ പലപ്പോഴും തല്ല് പതിവായിരുന്നു. അതിന് അപവാദമായി അന്ന് ഞാന വരെ അഭിനന്ദിച്ചത് ഇക്കാര്യത്തിലായിരുന്നു എന്നതും ഓർത്തു.) മുജീ ബ് മാത്രം സാമ്പത്തികമായി ഉയർന്ന വീട്ടിലെ അംഗമായിരുന്നു. അവ ന്റെ ഉമ്മ പലതവണ എന്നെ വന്നു കണ്ടിരുന്നു അവനെ ഈ കൂട്ടുകെ ട്ടിൽ നിന്ന് വിട്ടു കിട്ടാൻ ഡിവിഷൻ മാറ്റാനായി. അവരെ പക്ഷെ പിരി ക്കാൻ എനിക്കായില്ല (പത്തിൽ ഡിവിഷൻ മാറ്റിയിട്ടും അഞ്ചു പേരും പിരിഞ്ഞിരുന്നുമില്ല)

കുറച്ചു നേരത്തെ നിശ്ശബ്ദതക്കു ശേഷം പറഞ്ഞു.

'മക്കളേ... ഇപ്പൊ ടീച്ചർക്കിത് വേണ്ട. ആവശ്യം വരുമ്പൊ ചോദി ക്കാം. അപ്പൊ തന്നാ മതി'

അവരുടെ മുഖം മാറി. തുറിച്ച നോട്ടങ്ങളാൽ അവരെന്നെ മുൾമുന യിൽ കുത്തി നിർത്തും പോലെ അത് നിരസിച്ചു.

ആ നിശ്ശബ്ദതയിൽ തന്നെ അവർ നടന്നകന്നു. (അവർക്ക് ഇത്രക ണ്ട് നിശ്ശബ്ദരാകാൻ കഴിയുമെന്നതും ആ നിശ്ശബ്ദതക്കും ഒരു പാട് ശബ്ദ ങ്ങളുണ്ടെന്നും ഞാനറിഞ്ഞു)

പൊതിയിൽ അയ്യായിരം രൂപയുണ്ടായിരുന്നു. രണ്ടാഴ്ച ഞാനത് സൂക്ഷിച്ചു വച്ചു. വീട്ടിലെത്തി അവർ വീണ്ടും കാണാനെത്തിയപ്പൊ ഉപ കാരസ്മരണയോടെ (അവരുടെ മനോഭാവത്തിന് നൽകേണ്ട വില എത്ര യെന്നും അത് എങ്ങനെ പ്രകടിപ്പിക്കുമെന്നും അറിയാതെ !)

ഞാനത് അവരെ തിരിച്ചേൽപ്പിച്ചു.

ഇത്തവണ അവരുടെ നോട്ടങ്ങളിൽ കണ്ടത് നിറഞ്ഞ ചാരിതാർത്ഥ്യ മാണ് അവരുടെ വലിയ സഹായം എന്നെ മാനസികമായി എത്രകണ്ട് കരുത്തുള്ളവളാക്കി എന്ന് എന്റെ മുഖത്ത് പ്രതിഫലിച്ചതിന്റെ സന്തോഷം അവരിലും കണ്ടിരുന്നു.

അധ്യാപനവും ജീവിതവും കൂട്ടിയിണക്കുമ്പൊ പാഠ്യപദ്ധതിയിലെ ഒഴിച്ചു കൂടാനാവാത്ത വിഷയങ്ങളാവുന്നു ചില മക്കൾ !!

ഓർമ്മക്കിളി ഒരു ദീർഘ നിശ്വാസത്തോടെ ചിരിച്ചപ്പൊ സംഗീതയു
ടെ ചോദ്യം വീണ്ടും,

    'ചിത്രമ്മേ .... എവിടെപ്പോയി?'
    'ഇവിടുണ്ട് കുഞ്ഞാ.'

'എന്തേ...????!'

ഓർമ്മത്താളുകളിൽ ഇന്ന് മരണത്തിന്റെ മണം...

മനസിന്റെ മൂകത സന്ധ്യയുടെ നിശ്ശബ്ദതയിലലിയാൻ വെമ്പി നിൽ ക്കെയൊരു പാട്ടു തപ്പിപ്പോയി :2013 ലേക്ക് (പൂർവ്വ അധ്യാപക സംഗമത്തി ന് ഒരു സ്വാഗത ഗാനം എഴുതേണ്ടി വന്നത്)

ആരണ്യകത്തിൽ (സ്ക്കൂളിലെ ഓപ്പൺ ഓഡിറ്റോറിയം) തനിച്ചിരി ക്കുമ്പൊ പലപ്പഴും യു. പി ക്ലാസിലെ മക്കളാണ് ഓടി വരിക.

'എന്താ ടീച്ചറെ എഴുതണെ ?'

തുടുത്ത കവിളിൽ നുണക്കുഴി വിരിയുന്ന ചിരിയുമായി നന്ദിത ചോദിച്ചു.

ആറാം ക്ലാസുകാരിയുടെ ജിജ്ഞാസ തെല്ലും കെടുത്താതെ ഞാനും

' ഒരു പാട്ടാ കുഞ്ഞാ'

' എന്തിനാ ടീച്ചറെ ? '

'പാടാനാ ... ഗുരു സംഗമത്തിന്..'

' അതെപ്പഴാ ടീച്ചറെ ? '

' അടുത്ത മാസാ '

'ന്നേം ചേർക്കോ? '

ഒരു ചിരിയോടെ അവളെ അടുത്തിരുത്തി പറഞ്ഞു

' ചേർത്താലോ...'

നുണക്കുഴിയുടെ ആഴവും ചിരിയുടെ വ്യാപ്തിയും കൂടി കുട്ടിയുടെ മുഖത്ത്.

അങ്ങനെ അതുമായി. പാട്ടിന്റെ റിഹേഴ്സലിൽ തിളങ്ങി നിന്നു നന്ദി തയും അവളുടെ ചേച്ചി ഒമ്പതാം ക്ലാസുകാരി നന്ദനയും.

ചേച്ചിയുടെ ടീച്ചറാണെങ്കിലും നന്ദിതക്ക് എന്നോടൊരു പ്രത്യേക അടു പ്പം തോന്നിയിരുന്നു. ഗുരു സംഗമത്തിനു ശേഷം ഏഴാം ക്ലാസും എട്ടാം ക്ലാസും കഴിഞ്ഞു. നുണക്കുഴി വിരിഞ്ഞ ചിരിയുമായി നെല്ലിച്ചുവട്ടിലും വരാന്തയിലും ആരണ്യകത്തിലും ക്ലാസ് മുറിയിലും അവൾ ഓടി എത്തി. സ്ക്കൂൾ പ്രയർ ഗ്രൂപ്പിന്റെ മുഖ്യ അംഗവും അവളായി. രാവിലെ അസം

ബ്ലി ദിവസങ്ങളിൽ നേർത്തെ അവളെത്തും. ഗ്രൂപ്പിലെ മറ്റ് അംഗങ്ങളു മായി ഓടി വരും അടുത്ത്. പുതിയ പുതിയ പ്രാർത്ഥനകൾ... പല ഭാഷ യിൽ... എല്ലാം ചൊല്ലിക്കൊടുക്കെ ശ്രദ്ധിച്ച് കേട്ട് ആദ്യം പഠിക്കും. പിന്നെ... മറ്റുള്ളവരെ പഠിപ്പിക്കും.

'ഒമ്പതാം ക്ലാസില് ടീച്ചർടെ ക്ലാസിലാവുലോ ഞാൻ!' ഒരു ദിവസം കഴിഞ്ഞപ്പൊ പുറകെ വന്ന് സാരിത്തുമ്പു പിടിച്ച് സന്തോഷത്തോടെ നിന്നു അവൾ.

'അതെന്താ ഉറപ്പ്?' ഞാൻ വെറുതെ ചോദിച്ചു.

'എനിക്കറിയാ... ടീച്ചറന്യാവും എനിക്ക്...'

ഒരു ചിരിയോടെ അവൾ.

പിന്നെ ഞാൻ തർക്കിച്ചില്ല. ആഗ്രഹം പോലെ 9ൽ അവൾ എന്റെ ക്ലാസിലായി. എനിക്കും സന്തോഷമായി.

അന്ന് അസംബ്ലിയില്ലാരുന്നു. സെക്കന്റ് ബെല്ലടിച്ചു കഴിഞ്ഞപ്പൊ റജി സ്റ്ററുമായി ക്ലാസിലേക്ക് നടന്നു. പഴയ ബ്ലോക്കിന്റെ കോണിച്ചോട്ടിൽ അവൾ നിന്നിരുന്നു. എന്തോ... എന്നും കാണുന്ന അവൾടെ ചിരി.. അത് ഇല്ലാത്ത മുഖത്തിന്... കവിളുകൾക്ക്... വീർത്ത കണ്ണുകൾക്ക് വിങ്ങി നിൽക്കും പോലെ.. പുറത്തു വരാനാകാത്ത ഭീതി പരന്നിരുന്ന പോലെ എനിക്കു തോന്നി.

'എന്താ കുട്ടീ?'

ചോദ്യം ഞാൻ മുഴുമിച്ചില്ല. ആ ചോദ്യത്തിനായി അവൾ വെമ്പി നി ന്ന പോലെ... കണ്ണുകൾ നിറഞ്ഞ് ചുണ്ടുകൾ വിതുമ്പി... രണ്ടു കയ്യാൽ അവളെന്റെ റജിസ്റ്ററിലിരുന്ന കൈ മുറുകെ പിടിച്ചു...

'എന്താ കുഞ്ഞാ...'

വാക്കുകൾ എവിടെയോ മുറിഞ്ഞകന്നു നിന്ന് വീണ്ടും എന്നെ നോക്കി വിതുമ്പുന്നു.

'ടീച്ചറേ...' ആ വിളി ഒരു പകുതിയിൽ ഒരു മാറ്റൊലിയായ പോലെ നിന്നു പോയെന്ന് ഓർമ്മയില്ല. ഞാനവളെ ചേർത്തു പിടിച്ചു.

കുട്ടികൾ ആരൊക്കെയോ നേരം വൈകി അതുവഴി പോയിരുന്നു. അവരിൽ ചിലർ ഒന്നു നിന്നുവോ!

'പറ കുഞ്ഞാ ...ന്താ പറേണ്യ?'

'ടീച്ചറേ...' പിന്നൊരു പൊട്ടിക്കരച്ചിലായിരുന്നു.

എന്തു ചെയ്യണമെന്നറിയാതെ ഞാനും. മെല്ലെ കണ്ണു തുടച്ച് വീണ്ടും ഞാൻ ചോദിച്ചു. 'എന്താന്നു പറയു കുഞ്ഞാ... ന്തിനാ കരയണേ?'

ഉറച്ച നിലവിളി ചെറിയ തേങ്ങലാവും വരെ അവൾക്ക് മിണ്ടാനായി

ല്ല. കുട്ടികൾ ചുറ്റിനുമെത്തി.

'ടീച്ചറെ... എനിക്ക് ടീച്ചറോട് ഒരു കാര്യം പറയണം. പറ്റണില്ല അതാ.'

ചുറ്റും വന്ന കുട്ടികളെ പറഞ്ഞു വിട്ട് അവളെ ചേർത്തു പിടിച്ച് സ്റ്റാഫ് റൂമിലേക്ക് നടന്നു. ബെഞ്ചിൽ അടുത്തിരുത്തി. അപ്പഴും കണ്ണുകളിൽ നിന്ന് ധാരയായി കണ്ണീരൊഴുകി.

'പറയ് കുഞ്ഞാ....'

'ടീച്ചറെ... നിക്ക് പേടിയാവണു.' അവൾടെ ശബ്ദത്തിൽ ആ ഭീതി പ്രതിഫലിച്ചിരുന്നു.

'പേടിക്കണ്ട. പറയ്.ന്താ?'

'ടീച്ചറെ .....എന്നെ .....'

'ഉം?'

'എന്നെ.... എന്തൊക്കെയോ ചെയ്തു.'

ഉള്ളിലൊരു ഇടിത്തീ പടർന്നു.

'ആര്?'

'മാമന്റെ അനിയൻ'

'എന്നെ ....' പിന്നെയും കുട്ടി കരച്ചിലാണ്. എന്തു ചെയ്യണമെന്ന് അറിയാതെ ഞാനും.

'അമ്മയോട് പറഞ്ഞോ കുഞ്ഞാ ?'

'പറ്റില്ല ടീച്ചറേ...'

'ന്റെ അമ്മ ആത്മഹത്യ ചെയ്യും ടീച്ചറേ.... ഞാൻ മാമീടെ അവിടെ പോയതാ ടീച്ചറേ.. മാമീ ടെ മോള് ന്റെ ഒപ്പാണ്. അപ്പൊ .. അവ്ടെ നിക്കാൻ പോയതാ ഇന്നലെ.'

ഒരു ദീർഘനിശ്വാസത്തോടെ ഞാനും ഇരുന്നു.

' ടീച്ചറേ ...അമ്മോട് പറയണ്ട ടീച്ചറേ... ന്റെ അമ്മ ആത്മഹത്യ ചെയ്യും. നിക്ക് പേടിയാവണു ടീച്ചറേ...'

'കുട്ടീ... നീയപ്പൊ തനിച്ചെന്തിനാ ....?'

'ന്റെ അപ്റത്ത് അവളും കിടക്കണുണ്ടാർന്നു ടീച്ചറേ... മാമന്റ മോള്... ന്റെ വായ പൊത്തി അയാള് മിണ്ടാതിരിക്കാൻ... ടീച്ചറേ... നിക്ക് പേടി യാവണു.'

എന്റെ കുട്ടി ഞാനെന്താ പറയ! ചെയ്യാ! അവളുടെ നിസ്സഹായത എന്നിലും പടർന്നു കുറച്ചു നേരം.

എന്തായാലും അപകടമാണ്. കുട്ടിയെ രക്ഷിച്ചെ മതിയാകൂ. സ്റ്റാഫ് റൂമിൽ ആരൊക്കെയോ ചോദിച്ചു 'എന്താ ?'

'ഒന്നൂല്യ. അവൾക്ക് വയ്യാഞ്ഞിട്ടാ.' ഒറ്റ ശ്വാസത്തിൽ ഉത്തരം

പറഞ്ഞു.

പതിയെ അവളെ കൂട്ടി സ്ക്കൂൾ കൗൺസിലറുടെ മുന്നിലെത്തി. കാര്യം കൂടുതൽ സുരക്ഷിതമായി എന്റെ കുട്ടിയെ രക്ഷപ്പെടുത്താൻ അവർക്കാകും എന്ന വിശ്വാസത്തിലാണ് അങ്ങനെ ചെയ്തത് എന്റെ പരിമിതിയിൽ ഞാനെടുക്കുന്ന പരിഹാരമാർഗ്ഗങ്ങൾ കുട്ടിയെ അരക്ഷി തയാക്കുമോ എന്ന ഭീതി കൊണ്ടു മാത്രം.

കൗൺസിലറുടെ സെഷൻസ് തുടങ്ങി. വിശദ വിസ്താരത്തിനു ശേഷം അവർ കുട്ടിയെ പറഞ്ഞയച്ച് എന്നെ വിളിച്ചു 'ടീച്ചറേ... ഗുരുതരമായ പ്ര ശ്നമായിട്ടില്ല. എന്തൊക്കെയോ ആക്രാന്തങ്ങൾ കാട്ടിയിട്ടുണ്ട്.'

നേരിയ ആശ്വാസം. പക്ഷെ കുട്ടി വല്ലാതെ ഭയന്നിട്ടുണ്ട്. ഇനി അവ ളെ അവിടെ വിടരുതെന്നും ശ്രദ്ധിക്കണമെന്നും അവളുടെ അമ്മയെ വിളി ച്ച് ധരിപ്പിക്കണം, കുട്ടിയുടെ ഭീതികൾ പതിയെ മാറ്റിയെടുക്കണം.

അതിലും ഉപരി ആ നീചനെ...

'നമുക്ക് എന്തു ചെയ്യാനാകും അയാൾ ഇത് ആവർത്തിക്കാതിരി ക്കാൻ?'

'അവിടെയാ ടീച്ചറെ പ്രശ്നം. നടപടി എടുക്കാൻ പോലീസും കൂട്ട വുമാക്കണം. അതൊക്കെ വീണ്ടും നമ്മളെ കുടുക്കും. എന്തായാലും രക്ഷിതാക്കളെ വിളിക്കൂ.'

അമ്മയെ വിളിച്ചു. കാര്യം കൗൺസിലർ തന്നെ അവതരിപ്പിച്ചു. പൊട്ടി ക്കരഞ്ഞു പോയി ആ സ്ത്രീ .അവരെ സമാധാനിപ്പിച്ച് കുട്ടിയുടെ സുര ക്ഷയെ പറ്റി പറഞ്ഞു കൊടുത്തു.

'കേസിനും കൂട്ടത്തിനും ഒന്നും പോണ്ട ടീച്ചറെ. നാത്തൂന്റെ ഭർത്താ വിന്റെ അനിയനാ.. ഭാര്യേം മക്കളും ണ്ട്. മോൾടെ പ്രായക്കാരും.'

മനസ്സിൽ എനിക്ക് വന്ന ഈർഷ്യ ചില വാക്കുകളിൽ പുറത്തുവന്നു. പോക്സോയും ഹെൽപ്പ് ഡസ്ക്കും സ്ത്രീ സംരക്ഷണ നിയമവും എല്ലാം.... എല്ലാം... എന്തിനെന്ന ചോദ്യത്തിനു പോലും പ്രസക്തിയില്ലാ തായി കുട്ടിയുടെ തകർത്ത മനസിനെ കൂടുതൽ തകർക്കാതിരിക്കാൻ.

തകർന്നതും തളർന്നതും എന്റെ കുട്ടി എന്ന തിരിച്ചറിവിൽ പിന്നീടു ള്ള ദിവസങ്ങളിൽ അവൾക്ക് പ്രത്യേക ശ്രദ്ധ നൽകി. മെല്ലെ മെല്ലെ അവളുടെ പുഞ്ചിരിയിൽ ആ നുണക്കുഴികൾ വീണ്ടും സുന്ദരമായി.

പിന്നത്തെ വർഷം എസ്.എസ്. എ ഡെപ്യൂട്ടേഷനിൽ സ്ക്കൂളിൽ നിന്നു തൽക്കാലത്തേക്ക് വിട്ടു നിൽക്കേണ്ടി വന്നപ്പോൾ അവൾ അടു ത്തു വന്നില്ല. രണ്ടു തവണ ഞാൻ വിളിച്ചപ്പഴും അവളുടെ വാക്കുക ളിൽ ഭീതിയുടെ നിഴലോ അസ്വസ്ഥതയുടെ ലാഞ്ജനയോ തോന്നി

യില്ല .

എസ്. എസ്.എ യിലെ തിരക്കുകളിലായി പിന്നീടുള്ള ദിനങ്ങൾ

'ടീച്ചറേ....'

ആ വിളി സ്വാഭാവികമായിരുന്നില്ല. പിന്നീടൊരു ദിവസം അവളുടെ കൂട്ടുകാരി അർച്ചനയുടെ കോളിൽ ഒരു കരച്ചിലിൽ ഇടറി വീണ വാക്കു കൾ

'നന്ദിത.... സൂയിസൈഡ് ചെയ്തു ടീച്ചറേ....'

വാക്കുകളില്ലാത്ത നിശ്ശബ്ദത.

എവിടെ പിഴവു പറ്റി എന്റെ കുട്ടിയുടെ ജീവൻ രക്ഷയില്ലാതെ?

ചോദ്യങ്ങളുടെ കൂമ്പാരത്തിൽ ഉത്തരം നൽകാൻ .... ഓടി വന്ന് 'ടീച്ച റേ...' ന്നു വിളിക്കാൻ അവളില്ലല്ലോ ന്നോർത്തപ്പോൾ എല്ലാ ചോദ്യങ്ങ ളും എന്നിലേക്ക് തിരിഞ്ഞ നിമിഷം.

'എന്തേ ഇടക്കവെളെ വിളിച്ചില്ല? എന്തേ ഇടക്കവെളുടെ ഭീതിയൂറുന്ന കണ്ണുകളിൽ ഇനിയും പിശാചുകയറിക്കാണുമെന്ന് ചിന്തിച്ചില്ല? എന്തേ....'

എന്തേ.... എന്തേ.... (സ്വയം തിരിഞ്ഞു നിന്നു ചോദിക്കുന്ന ചോദ്യം!)

ഭ്രാന്തമായ ചോദ്യങ്ങൾക്ക് മരണ നിശ്ശബ്ദത ഉത്തരമായി നൽകി നന്ദി ത യാത്രയായി....

എനിക്കു ചുറ്റും ആത്മനിന്ദയുടെ അഴുകിയ നാറ്റം !

(ഇതൊരു വലിയ തിരിച്ചറിവായി മനഃശാസ്ത്രവും കൗൺസലിങ്ങും പഠിക്കാൻ.... ഇനിയും ഒരു മക്കളേയും മരണത്തിലേക്ക് വിട്ടു കൊടു ക്കാതിരിക്കാൻ)

ഇന്നത്തെ അവസ്ഥ മാറിയിരിക്കുന്നു. ഇനിയുള്ള കാലം ആൺ മക്ക ളും പെൺമക്കളും 'ജെന്റർ ഈക്വാലിറ്റി' പ്രാവർത്തികമാക്കും തീർച്ച.

നിരത്തിയടി

'ന്താ ടീച്ചറമ്മേ?'

' ഒന്നൂല്യ ഡാ ... എല്ലാരേം ഓർത്തപ്പൊ നിങ്ങളെയൊക്കെ കാണാൻ തോന്നി...'

' ഞാൻ വന്നിട്ട് നമുക്ക് എല്ലാരേം വിളിക്കാം ട്ടോ.'

(വിദേശത്തു നിന്ന് ജോലിത്തിരക്കിനിടയിൽ ഇടക്കൊരു കുശലാന്വേ ഷണമുണ്ട് അവന് ! നാട്ടിലെത്തിയാൽ എല്ലാരേം കൂട്ടി ഓടി വരുന്നവ നാണ്.)

ടീച്ചറമ്മേ ന്നു വിളിക്കുമ്പൊ ഞാനവന്റെ കണ്ണുകളിലേക്കല്ല : അവ ന്റെ കയ്യിലേക്കാണ് നോക്കാറ്..

2011 ലെ എന്റെ 9 ബി. അവിടെ പ്രിയപ്പെട്ട മക്കൾ. ഒമ്പതാം ക്ലാസി ന്റെ വികൃതികളും കുസൃതികളും കളികളും ചങ്ങാത്തങ്ങളും.

പഠനത്തിന്റെ ഗൗരവം ഉൾക്കൊള്ളാൻ വളരെ ചിലർക്കേ ആയിരു ന്നുള്ളൂ... അത് അറിഞ്ഞു കൊണ്ടു തന്നെ കൗമാര ചാപല്യങ്ങളെ കൗതു കത്തോടെ നോക്കിക്കാണാൻ ഇഷ്ടപ്പെട്ട ഞാനും.

അന്ന് ഒരു ബുധനാഴ്ചയായിരുന്നു.

'കൊഞ്ചിച്ച് വഷളാക്കി കുട്ട്യോളെ ചിത്ര. ഇനി പറഞ്ഞിട്ട് കാര്യോ ന്നൂല. ഒരാൾക്കും പഠിക്കാൻ താല്പര്യമില്ല പോട്ടെ, ക്ലാസിൽ അടങ്ങി യിരിക്കാനും വയ്യ 'ബയോളജി ടീച്ചറുടെ പരാതിക്കു പിന്നാലെ മാത്സ് ടീച്ചറും അതെ ചിത്ര ടീച്ചറേ. ഒരെണ്ണം പോലും ഹോം വർക്ക് ചെയ്തി ട്ടില്ല. ഈ പോക്ക് പോയാ ഞാനവിടെ ക്ലാസെടുക്കില്ല.'

മനസിൽ വല്ലാത്ത നോവു തോന്നിയതിന്റെ ബഹിഷ്സ്ഫുരണം വള രെ പെട്ടെന്നായിരുന്നു. നേരെ ക്ലാസിൽ കേറി. 'All stand up' എന്റെ കയ്യി ലെ വടി കണ്ട് അല്പം ഭയചകിതരായി കുട്ടികൾ എഴുന്നേറ്റു. എല്ലാർ ക്കും നിരത്തിപ്പിടിച്ച് ഓരോ തല്ല് (സർവ്വീസിൽ രേഖപ്പെടുത്താവുന്ന രണ്ടാമത്തെ തല്ല്) കുട്ടികൾ അൽഭുതത്തോടെ നോക്കി നിൽക്കുന്നു.

'ബയോളജീം മാത്സും ഒന്നും പഠിച്ചില്ല ല്ലേ... എത്ര തവണ ഞാൻ പറഞ്ഞിട്ടുണ്ട് എന്റെ ക്ലാസിൽ ഞാൻ തരുന്ന സ്വാതന്ത്ര്യം മറ്റു ക്ലാസു

കളിൽ കാട്ടരുതെന്നും പഠനവിഷയങ്ങളിൽ പിന്നോക്കം പോകരുതെ ന്നും' അടികഴിഞ്ഞ് ഒറ്റ ശ്വാസത്തിൽ പറഞ്ഞ് ക്ലാസിന് പുറത്തിറങ്ങി.

വിങ്ങി നിന്ന വേദന അടി കൊണ്ടു തീർന്നോ എന്നറിയില്ല. എങ്കി ലും എന്റെ മക്കളെ ആരും കുറ്റപ്പെടുത്താതിരിക്കാൻ അവർക്ക് ചില നല്ല ശീലങ്ങൾ വരാൻ ആ അടി ഉപകരിക്കണമെന്ന് ആഗ്രഹിച്ചു.

ഉച്ചക്ക് ഇൻർവെല്ലിന് ദേഷ്യം തണുത്തോന്നറിയാൻ സ്റ്റാഫ് റൂമിൽ ഞാനിരിക്കുന്ന ജനലഴികളുടെ അപ്പുറത്തു നിന്ന് മക്കൾ കൂട്ടങ്ങളായും ഒറ്റക്കും എത്തിനോക്കിയിരുന്നു. അപ്പോഴെല്ലാം അവരെ കാണാത്ത ഭാവ ത്തിൽ ഞാനിരുന്നു.

(മക്കളോടുള്ള ചില നമ്പരുകൾ അങ്ങനാണ് : അടിയേക്കാൾ വേദ നയാണതിന് : ചീത്തവിളിയേക്കാൾ കാഠിന്യമുണ്ട് അതിന്: ശ്രദ്ധിക്കാ തിരിയ്ക്ക, കണ്ടില്ലെന്ന് നടിയ്ക്ക, മിണ്ടാതിരിയ്ക്കൂ...etc ഇതിനൊക്കെ നിശ്ശബ്ദമായ സ്നേഹത്തിന്റെ ആഴത്തിലുള്ള മാറ്റങ്ങൾ സൃഷ്ടിക്കാനാ വും അവരിൽ)

ലാസ്റ്റ് പിരിയഡിൽ ചിലർ അടുത്തുവന്നു 'ടീച്ചറേ... വിഘ്നേഷിന്റെ കയ്യിൽ ഒരു പാട്.'

'പാടോ ? എന്താദ്'

'എന്താന്നറീല'

നേരെ ക്ലാസിലേക്കോടി.

'എന്തു പറ്റീ ഡാ?'

'എയ് , ഒന്നുല '

'കൈ കാട്ട്'

അവൻ കാട്ടാൻ സമ്മതിക്കാതെ കൈ മാറ്റി പിടിച്ചു.

'നോക്കട്ടെ ഡാ'

ബലമായി കൈ പിടിച്ച് നോക്കീപ്പൊ നീളത്തിൽ ഒരു വടു.

'ദ് ഞാനടിച്ചതാണോ ?'

'ഏയ് ,അല്ല ടീച്ചറേ.. ഡസ്ക്ക് മെ കൊണ്ടതാ'

(ഡസ്കിന് പൊട്ടലില്ലല്ലോ!)

'സത്യം പറ, ടീച്ചർ അടിച്ച പാടല്ലേ? '

'അല്ല.'

എത്ര ചോദിച്ചിട്ടും അവനത് പറഞ്ഞില്ല.

പിറ്റേന്നും അതിനു ശേഷവും ഞാനവനോട് പലതവണ ചോദിച്ചപ്പ ഴും അവനത് നിഷേധിച്ചു.

വർഷങ്ങൾക്ക് ശേഷം ഗൾഫിൽ പോയി നാട്ടിൽ വന്ന് ടീച്ചറെ

കാണാൻ കൊപ്പം സ്ക്കൂളിലേക്ക് ഓടി വന്നപ്പഴും ഞാനത് ചോദിച്ചു കുട്ടിയുടെ കൈപിടിച്ച്... അപ്പഴും അവനത് ഒരു ചിരിയിൽ ഒതുക്കി.

എനിക്കറിയാം... അതു ഞാൻ അടിച്ച പാടായിരിക്കാം... അവന്റെ ഉള്ളിലെ സ്നേഹത്തിനു ആ തല്ലിനേയും ഉൾക്കൊള്ളാനായി (ഇപ്പോഴും അവന് വ്യത്യാസമില്ല : സ്നേഹത്തിന്റെ വേദനകൾ ഉള്ളിലൊതുക്കി ചിരിക്കാൻ അവൻ അന്നു തൊട്ടേ അറിഞ്ഞു വച്ചതല്ലേ?!)

അവനെന്നെ ടീച്ചറമ്മേ ന്നു വിളിക്കുമ്പൊ എന്റെ മുന്നിൽ തല്ലിനായി കൈ നീട്ടി നിന്ന ആ ഒമ്പതാം ക്ലാസുകാരനേയും ആ വേദന മറച്ചു വച്ച് എന്നോട് സ്നേഹനുണ പറഞ്ഞ് ചിരിച്ച ആ കുട്ടിയേയും ഞാൻ കാണുന്നു.

ടീച്ചറമ്മേ ന്ന് വിളിക്കുമ്പൊ ഇന്നും കണ്ണുകളിലേക്കല്ല ഞാനവന്റെ വലതുകൈത്തണ്ടയിലേക്കാണ് നോക്കാറ്...

മരണമേ

ഓർമ്മക്കിളിക്ക് ഇന്നും മരണ മൂകത...

കുട്ടികളുടെ വിയോഗങ്ങൾ മൗനത്തിന്റെ കാരമുള്ളുകളാണ്.

ബി.എഡ് ടീച്ചിംഗ് പ്രാക്ടീസ്

കൊല്ലം ഗവൺമെന്റ് ഗേൾസ് ഹൈസ്ക്കൂൾ 1994

8 ഏ ക്ലാസ്

ആദ്യമായി കുട്ടികളുടെ മുന്നിൽ.... ഉള്ളിൽ മാതൃകാ അധ്യാപകരെ ധ്യാനിച്ച് രംഗ പ്രവേശം.

ഡെലീമയെ ശ്രദ്ധിച്ചത് അവളുടെ കൂസലില്ലാത്ത മറുപടികളും മറു ചോദ്യങ്ങളും കേട്ടിട്ടാണ്.

ക്ലാസിൽ വൈകിയെത്തിയതിന് ക്ലാസ് ടീച്ചർ ചോദ്യം ചെയ്കയാണ്

'നീയെന്തിങ്ങനെ എപ്പഴും വൈകി വരുന്നു?'

'എനിക്കിങ്ങനെ പറ്റത്തുള്ളൂ ടീച്ചർ'

അടിക്കാനോങ്ങുന്ന ടീച്ചറോട് അടുത്ത മറുപടി

'ടീച്ചർ : മീൻ വിറ്റു കൊടുക്കാതെ അമ്മച്ചിക്ക് കഞ്ഞി വക്കാൻ പറ്റത്തില്ലന്നേയ്.'

'നിന്റെ അപ്പച്ചനെന്ത്യേടീ?'

'മീൻ പിടിച്ചു വന്നാ പിന്നെ ഷാപ്പിലാന്നേയ്'

ഒട്ടും കൂസലില്ലാതെ അവളിതു പറഞ്ഞു കേട്ടപ്പൊ ബാക്കി ഭാഗം വായിക്കാൻ പ്രയാസപ്പെട്ടില്ല.

അടുത്ത ദിവസം ക്ലാസ് കഴിഞ്ഞിറങ്ങുമ്പൊ

'ടീച്ചറേ... ഒന്നു നിന്നേ. ഈ വിമാനം പറത്താൻ എന്നതാ പഠിക്കുന്നെ?'

'പൈലറ്റാവാൻ അതിനുള്ള Course ഉണ്ട് ട്ടോ'

'അതെന്നതാ ന്'

(അവളുടെ ജീവിതലക്ഷ്യം അന്നത്തെ കാലത്ത് ഒരു പെൺകുട്ടിയിൽ നിന്ന് etxraordinary തന്നെ! അവൾക്ക് ഉത്തരം നൽകാൻ എനിക്ക്

ഉടനെ കഴിഞ്ഞില്ല എന്നതും സത്യം . ആന്റണി സർ ആയിരുന്നു ഞങ്ങ ളുടെ പ്രിൻസിപ്പൽ : എല്ലാർക്കും സമ്മതൻ : അന്നു വൈകീട്ട് അദ്ദേ ഹം എന്റെ സംശയം ദൂരീകരിച്ച ശേഷമാണ് എനിക്ക് ഉത്തരം നൽകാ നായത്)

മനഃശ്ശാസ്ത്രം ഒരു പാഠ്യവിഷയമാണ് B.ed ന് : കുട്ടികളുടെ 'case study' കൂടി ടീച്ചിംഗ് പ്രാക്ടീസിൽ ഉൾപെടുത്തിയിരുന്നു.

ഒരു സംശയവും കൂടാതെ ഡെലീമയെ ഞാനെന്റെ case study ആക്കി. അവളുടെ വീട്ടിലെ കാര്യങ്ങൾ ചോദിച്ചറിഞ്ഞു. കായലിന്റെ തീര ത്ത് മുക്കുവക്കോളനികളിലൊന്നിലാണ് അവൾ താമസിച്ചിരുന്നത്. മീൻ പിടിച്ചു വരുമ്പഴേ ഷാപ്പിലേക്കോടുന്ന അപ്പൻ , വഴിയിൽ വച്ച് മീൻ പിടിച്ചു പറിച്ചു വാങ്ങിയില്ലെങ്കിൽ ഷാപ്പിലേക്ക് അതും പോവും. പിന്നെ അന്നു പട്ടിണി തന്നെ ! താഴെ രണ്ടു പേർ. മീൻ വിറ്റ പൈസ അപ്പൻ കാണാതെ അരിയാക്കി വീട്ടിലെത്തിച്ചാലെ 5 വയറുകൾക്ക് അന്നമുള്ളു.

അഷ്ടമുടിക്കായലിലേക്ക് നടക്കാവുന്ന ദൂരമായിരുന്നു ഹോസ്റ്റലിൽ നിന്ന്.... കൂട്ടിന് റൂം മേറ്റ് കവിത (ശ്യാമ സുന്ദരപുഷ്പമേ എന്ന പാട്ട് സദാ മൂളുന്ന... സൂപ്പർ ചമ്മന്തിപ്പൊടി പൊടിച്ചു കൊണ്ടുവന്നിരുന്ന അഞ്ചൽ കാരി)

അവളുടെ വീടിന്റെ ലൊക്കേഷൻ ചോദിച്ചറിഞ്ഞ് അടുത്ത ദിവസം തന്നെ കവിതയോടൊപ്പം പോകാനിരിക്കുകയായിരുന്നു

പിറ്റേന്ന് സ്ക്കൂളിലെത്തിയപ്പോൾ അറിയുന്നു : തലേന്ന് കായലിൽ വള്ളം മറിഞ്ഞ് 2 പേർ മരിച്ചിരിക്കുന്നു: അതിൽ ഡെലീമയും :!!!

രാവിലെ മഴ മൂലം മുഴുവൻ മീൻ വിൽക്കാനാവാതെയാണ് അന്ന് കുട്ടി സ്ക്കൂളിൽ വന്നിരുന്നത്. വൈകീട്ട് അത് വിറ്റ് തിരിച്ചു വരവെ യാത്ര ക്കാരുടെ ഭാരം താങ്ങാനാവാതെ വള്ളം ചരിഞ്ഞ് വെള്ളം കയറി മുങ്ങി യതാണ് (സുരക്ഷാ മാർഗ്ഗങ്ങളില്ല : അംഗീകൃത ബോട്ട് സർവീസുകളി ല്ല: ചങ്ങാടങ്ങളും കെട്ടുവള്ളങ്ങളുമാണ് അധികവും : യാത്രക്കാർ തിങ്ങി നിറഞ്ഞ തോണികൾ : അതും എണ്ണത്തിൽ കുറവ്)

കാതിൽ അവളുടെ ശബ്ദം മാത്രം : കണ്ണിൽ മരണത്തിന്റെ കയ്യിൽ പിടയുന്ന എന്റെ കുട്ടിയുടെ ചിത്രം മാത്രം !

ചലനമറ്റ ചിന്തകൾ...

കായലിൽ രാത്രി മുഴുവൻ തിരച്ചിലിനൊടുവിലത്രെ അവളുടെ കുഞ്ഞു ദേഹം കിട്ടിയത്. 14 യാത്രക്കാർ..... വള്ളം മുങ്ങുന്നത് കണ്ട് കായലിലേക്കെടുത്തു ചാടി പലരേയും രക്ഷിക്കാൻ ഡെലീമയുടെ അപ്പ നും ഉണ്ടായിരുന്നു പോലും!

സ്വയം നീന്തിയും തീരത്തെ മുക്കുവരുടെ ശ്രമത്താലും ബാക്കി 12 പേരും രക്ഷപ്പെട്ടു.

ഫയർഫോഴ്സെത്തി തിരഞ്ഞ് പുലർച്ചെയാണ് കുട്ടിയെ കണ്ടെത്തിയത് പള്ളി മുറ്റത്ത് മണി മുഴക്കത്തേക്കാൾ ഉച്ചത്തിൽ അവളുടെ അമ്മയുടെ കരച്ചിൽ !

കുഞ്ഞു ശവമഞ്ചത്തിൽ പുത്തനുടുപ്പിടുവിപ്പിച്ച് പൂക്കളാൽ അലങ്കരിച്ച ശയ്യയിൽ അവൾ !

കണ്ണുകൾ ചലനമറ്റ് അവളിലുടക്കി നിൽക്കെ അമ്മയുടെ ദീന രോദനം ! പള്ളിമുറ്റം നിറഞ്ഞ ആളുകൾ ! വികാരിയച്ഛൻ എല്ലാവരേയും ആശ്വസിപ്പിക്കുന്ന വാക്കുകളാൽ അന്ത്യ കർമ്മങ്ങൾക്കായി ഒരുങ്ങുന്നു...

ചിത്രങ്ങൾ സ്പഷ്ടമാണ് ഇപ്പോഴും !

ഡെലീമ എത്ര പ്രിയപ്പെട്ടവളായി ദിവസങ്ങൾ കൊണ്ട് മാറി എന്നതാണ് ആ ഓർമ്മകൾ വ്യക്തമാക്കുന്നത്... പക്ഷെ എഴുതുവാൻ ഇനി വയ്യ.

മരണം അജയ്യനായി നിന്നു അന്നും ...

അയാളേകുന്ന നോവുകളെ സാഷ്ടാംഗം ഏറ്റെടുക്കയല്ലാതെ മറ്റെന്തു ചെയ്യാനാകും!

എപ്പോഴും ജയം അയാൾക്കു തന്നെ!

ഓർമ്മക്കിളിക്ക് മൗനത്തിൽ നിന്നുണരാൻ തോന്നുന്നില്ല നിശ്ശബ്ദതയിൽ പൂഴ്ത്തിവക്കുമ്പൊ ദുഃഖത്തിന്റെ മുഖത്തിന് അല്പം ആശ്വാസമുണ്ടായിരിക്കാം !!!

എന്റെ അർജു

(എനിക്കു ജന്മം നൽകിയ രാധമ്മയേയും എന്നോടൊപ്പം നടക്കുന്ന ചെറിയമ്മമാരേയും എന്നെ പ്രസവിക്കാതെ എനിക്കു ജീവൻ തന്ന അധ്യാപകരേയും ഞാൻ പ്രസവിച്ച മകനേയും പ്രസവിക്കാതെ തന്നെ മക്കളായ ഓരോ കുട്ടികളേയും മാതൃതുല്യരായ എന്റെ എല്ലാ സൗഹൃദങ്ങളേയും (ആരു കാണുമ്പോഴും എന്റെ മകളാണോ എന്ന് ചോദിക്കാൻ) എന്നെ സ്നേഹിച്ചു നിൽക്കുന്ന നാത്തൂനേയും എന്റെ അമ്മിക്കുട്ടികളേയും (നന്നു, ദിവു)

സ്നേഹപൂർവം ഇന്നും സ്മരിക്കുന്നു.)

എന്റെ അർജു!

അർജുനെ എനിക്ക് അങ്ങനെയല്ലാതെ വിശേഷിപ്പിക്കാനാവില്ല. കൊപ്പം സ്ക്കൂളിലെ ഒരു വർഷത്തെ അധ്യാപനം. അവിടെ കുറെ നല്ല വിദ്യാർത്ഥി സുഹൃത്തുക്കൾ. അവരിൽ ഏറെ പ്രിയം അർജുവിനെ തന്നെ എന്നതിൽ ആർക്കും തർക്കമില്ല.

'ന് ചിത്രാമ്മേടെ അർജു വന്നിട്ടില്ലേ ?'

കുഞ്ഞിക്കിളിക്ക് (നൈന ഫെബിൻ) അല്പം കുശുമ്പു തോന്നാറുണ്ടെങ്കിലും അവൾക്ക് അംഗീകരിക്കാനാവാതില്ല അർജുവിനെ.

കാരണം അവൻ ഏവർക്കും പ്രിയപ്പെട്ടവനായിരുന്നു അക്കാലത്ത്.

വിശപ്പും അവഗണനയും ഒരു പോലെ സഹിക്കാനാവാത്ത കുട്ടി. അവന് എല്ലാം ആദ്യം ചെയ്യണം. ക്ലാസിലെ ഏറ്റവും മിടുക്കിയായ/മിടുക്കനായ കുട്ടിയോടൊപ്പം അവനെ പരിഗണിക്കണം.

രാവിലെ ബസിറങ്ങി വരുന്നതും കാത്ത് സ്ക്കൂൾ ഗേറ്റിലോ ബസ് സ്റ്റോപ്പിലോ ഒക്കെയായി കാത്തു നിൽക്കുന്ന കുട്ടി. കണ്ട മാത്രയിൽ ഓടി വന്ന് കൈ പിടിച്ച് അല്പം ആവേശത്തോടെ സ്ക്കൂളിലേക്ക് നടത്തം.

വഴിയിലെ കുടുംബശ്രീ കാന്റീനിൽ ഞങ്ങളൊന്നിച്ച് breakfast.

അർജുവും ഞാനും അങ്ങനെ നല്ല കൂട്ടുകാരായി. അർജു വരാതിരിക്കുമ്പൊ എനിക്കും ഞാൻ വരാതിരിക്കുമ്പൊ അർജുവിനും എന്തോ ശൂന്യത തോന്നിയിരുന്നു

'ടീച്ചറേ .... ഇന്നലെ അർജു സ്റ്റാഫ് റൂമിലേക്ക് വന്നതേ ഇല്ല ട്ടോ' ഞാനില്ലാത്ത ദിവസങ്ങളിൽ അവൻ സ്റ്റാഫ് റൂമിൽ വരാറില്ല എന്ന് ഗായ ത്രി പറയാറുണ്ട്.

ചില ക്ലാസുകളിൽ അവൻ ഒരു പാട് വൈലന്റ് ആവും. ചിലപ്പോൾ ക്ലാസിൽ നിലത്തു കിടന്ന് ഉരുളും. മറ്റു കുട്ടികളെ ദ്രോഹിക്കും. വായിൽ നിന്നിറ്റു വീഴുന്ന ഉമിനീർ ഇറക്കാനറിയാതെ പഴി കേൾക്കും. കടകളിൽ കേറി ഇറങ്ങി പലതരം മിഠായികൾ ചോദിച്ചു വാങ്ങും.

വിശപ്പു വരുമ്പഴും അവഗണിക്കുമ്പോഴും അവന് സഹിക്കില്ല.

അതിനൊരു വഴിയേ ഉണ്ടായിരുന്നുള്ളൂ ആ സന്ദർഭങ്ങളിലെല്ലാം അവന്റെ വിശപ്പടക്കാനും പരിഗണിക്കാനും കഴിയുക. മേശ വലിപ്പിൽ സ്ഥിരം ബിസ്ക്കറ്റും സ്നാക്സും കുറച്ച് ചാർട്ട് പേപ്പറും കളർ കിറ്റും വാങ്ങി വച്ചു. ക്ലാസിൽ അലോസരമാവുമ്പോൾ എന്റെ കൂടെ സ്റ്റാഫ് റൂമിൽ ഇരുത്തി.

'സ്നേഹിച്ചാ അർജു ചങ്ക് പറിച്ച് കൊടുക്കും ടീച്ചറേ' അർജുവിന്റെ അമ്മ എപ്പോഴും പറയുന്ന വാക്കുകൾ. സ്റ്റാഫ് റൂമിൽ അത് അനുഭവി ക്കാനുള്ള ഭാഗ്യം എനിക്കും അനസ് മാഷിനുമാണ് കൂടുതൽ ഉണ്ടായി രുന്നത്.

'വലുതായിട്ടു വേണം ടീച്ചറേ കാറോടിച്ച് വടക്കാഞ്ചരിക്ക് വരാൻ' ഇടക്കിടെ അർജു ഓർമ്മപ്പെടുത്താറുണ്ട് (അതെ. അവൻ കാറോടിച്ചു വരുന്ന ദിവസം ഞാൻ പ്രതീക്ഷിച്ചിരിക്കുന്നുമുണ്ട്)

അവിടെ നിന്നു ട്രാൻസ്ഫറായി പോരാൻ നേരം ഓടി വന്നൊരു കൃഷ്ണ പ്രതിമ കയ്യിൽ തന്നു അർജു

'ടീച്ചറേ നോക്ക് . ഇഷ്ടായോന്ന് പറ'

'ഞാനെന്താ പറയാ !'

'അർജു എന്തിനാ ദൊക്കെ വാങ്ങിയെ?'

'അദിന്റെ ടീച്ചർക്ക് തരാൻ !'

'ഇതൊന്നും വേണ്ടാരുന്നു'

'അപ്പൊ ടീച്ചറെനിക്ക് എന്തൊക്കെ വാങ്ങി തന്നു !'

അർജുന് ഇടക്കിടെ ഒരു സർപ്രൈസ് ഗിഫ്റ്റ് വേണം. അത് അവ ന്റെ സ്വാതന്ത്ര്യം കൊണ്ട് അവൻ തന്നെ നേർത്തെ ബുക്ക് ചെയ്യും,
'ടീച്ചറേ.. നീ എനിക്ക് പേന വേണ്ട ട്ടോ നിക്ക് ബോക്സ് മതി.'

'അടുത്ത പ്രാവശ്യം ചാർട്ട് വേണ്ട ട്ടോ കളർ ചോക്ക് മതി' :

'ഇനി ടീച്ചർ വാട്ടർ ബോട്ടില് വാങ്ങണ്ട ട്ടോ പീരങ്കി മതി (വെള്ളം പീച്ചാനേയ്!)

ഇങ്ങനെ മൂപ്പര് തന്നെ Selection ഉം നടത്തും.

വീട്ടിലെത്തിയാല് അമ്മ വിളിക്കും 'ടീച്ചറേ... ഇന്ന് അർജുവിന്റെ കയ്യി
ല് ഇത് കാണുന്നു. ടീച്ചറ് കൊടുത്തതാണ് ന്ന് പറയുന്നു.'

'അതെ, അർജു മിടുക്കനായി ക്ലാസിലിരിക്കണേന്നാ ഇടക്കോരോ
ഗിഫ്റ്റ് ട്ടോ'

'ന്റെ ടീച്ചറേ... ഞാൻ പറഞ്ഞാലൊന്നും കേൾക്കില്ല. ടീച്ചറ് പറഞ്ഞാല്
എന്തും ചെയ്യും ട്ടോ . അതീ ഗിഫ്റ്റിന്റെയല്ല; ടീച്ചറ് ച്ച ജീവനാ.'

അവരുടെ സംസാരം പലപ്പോഴും എന്റെ കണ്ണുകൾ നിറക്കാറുണ്ട്.
അടുത്ത നിമിഷം അവന്റെ മാറ്റങ്ങളില് ഏറെ സന്തോഷിക്കാറുമുണ്ട്.

ആ വർഷം യൂത്ത് ഫെസ്റ്റിവല്ലിന് അവൻ ഒരു പാട്ട് മുഴുവൻ സ്റ്റേജിൽ
പാടി. സ്പോർട്സിന് മറ്റു കുട്ടികളുടെ കൂടെ ഓടി. സർട്ടിഫിക്കറ്റും സ
മ്മാനങ്ങളും പിടിച്ച് ഒരു നടത്തമുണ്ടായിരുന്നു അവന്റെ ! ജീവിതത്തി
ലെ സന്തോഷ നിമിഷങ്ങളില് എനിക്ക് രേഖപ്പെടുത്താനായവയായിരു
ന്നു അത്.

'ടീച്ചറേ... അർജു ഇപ്പൊ Special Class ൽ വരാറേ ഇല്ല.. എല്ലാ പിരീ
ഡും ക്ലാസിൽ തന്നെ 'BRC bn-se Special Teacher ലീന എന്നോടു പറയു
മ്പൊ അവരുടെ ഉള്ളില് സന്തോഷമായിരുന്നു.

എന്റെ അർജു മിടുക്കനാവും തീർച്ച. അവൻ കാറോടിച്ചു വരുന്ന
ദിവസമായിക്കും എനിക്ക് കിട്ടുന്ന ദേശീയ അംഗീകാരം.

അർജുവിനെ പോലുള്ള മക്കളാണ് എന്നെപ്പോലുള്ള നിരവധി അധ്യാ
പികമാരുടെ അമ്മ മനസുകളുടെ സ്പന്ദനം !

ഭൂമിയിൽ ജീവൻ നിലനിർത്തുന്ന സ്നേഹത്തിന്ന് മക്കളെന്നാല്ലാതെ
മറ്റെന്തു വിളിക്കണം???

കാണാപ്പൊന്ന്

സ്ക്കൂൾ തുറന്ന് രണ്ടാമത്തെ വ്യാഴാഴ്ച ഉച്ചത്തെ ഇടവേള. 'ടീച്ച റേ.. ഒരു കാര്യം പറയട്ടെ ?'

വിനീതിന്റെ അമ്മ അല്പം ഔപചാരികതയോടെ തുടങ്ങി.

'പറയൂ'

'അതേയ്... ഒന്നും വിചാരിക്കല്ലേ ട്ടോ. മിഥുൻ നോട് ഇനി ഈ വഴി വരണ്ടാ ന് പറയണം. ഞാൻ രാവില ജോലിക്ക് നേർത്തേ പോവും. പിന്നിവിടെ വിനീതിന്റെ മുത്തശനും അവനും മാത്രെ ള്ളു. മുത്തശ്ശന് വയസായേക്കണു. ന്റെ പേഴ്സീന്ന് ഇടക്കിടക്ക് ചില പൈസ കാണാ ണ്ടാവണു. കുട്ട്യോളല്ലേ ഒന്നും പറയാനും വയ്യാ.'

'ഉം'

കേട്ടു മൂളിയതല്ലാതെ എന്റെ ഭാഗത്തുനിന്ന് വാക്കുകൾ ഇല്ലാതിരു ന്നപ്പോൾ അവർ വീണ്ടും തുടർന്നു.

'ടീച്ചർ ഒന്നും വിചാരിക്കല്ലേ ട്ടോ ഞാൻ അവനെ കുറ്റപ്പെടുത്തല്ല: കഴിഞ്ഞ വർഷം ക്ലാസിലും കടയിലുമായി കുറച്ച് കളവൊക്കെ അവൻ നടത്തീരുന്നു. ഞാനിത് പറയില്ലാരുന്നു. ചെറിയ കാശൊ കൃ ച്ച പോട്ടെ ന് വിചാരിക്കാം. ഇന്ന് മൂവായിരം രൂപയാ ടീച്ചറെ കാണാത്തെ. അവൻ എടുത്തു ന് ഞാൻ പറയില്ല. വേരാരും ഇന്ന് ഇവിടെ വന്നിട്ടുല്ല.'

'ഉം'

ഇപ്പൊ ന്റെ മുള്ളലിൽ പ്രതിഫലിച്ച ഒരു അങ്കലാപ്പ് അവർ മനസിലാ ക്കി എന്നു തോന്നുന്നു. ' ടീച്ചറിത് മനസ്സിൽ വച്ചാൽ മതി. അവന്റെ വീട്ടിലേക്കൊന്നും വിളിക്കണ്ട. അവന്റെ രണ്ടാനമ്മ അവനെ തല്ലിച്ചത ക്കും. ടീച്ചർ ഒരു ഉപകാരം ചെയ്തു തന്നാ മതി അവനോടിനി സ്ക്കുളി ലേക്ക് ഈ വഴി വരണ്ട എന്നൊന്നു പറയോ ?'

'ഉം.'

പക്ഷെ മനസിലാകെ ഒരു വിങ്ങൽ. മിഥുൻ? അവനങ്ങനെ? അവന്റെ കഴിഞ്ഞ വർഷത്തെ ക്ലാസ് ടീച്ചറെ സമീപിച്ചു അവനെ പറ്റി കൂടുതൽ അറിയാൻ.

'അവന്റെ ബാക്ക് ഗ്രൗണ്ട് ഏറെ സങ്കടാ ടീച്ചറെ. എന്താ പറയ? അവ
ന്റെ അമ്മ അവനെയും ചേച്ചിയേയും ഇട്ടിട്ട് പോയി മറ്റൊരുത്തന്റെ കൂടെ.
അച്ഛൻ വേറൊരാളെ കൂട്ടിക്കൊണ്ടു വന്നിട്ടുണ്ട്. അവർക്ക് ഒരു മോനു
ണ്ട് ആറാം ക്ലാസിൽ. അച്ഛൻ ദുബയിൽ കഷ്ടപ്പെടുന്നു. ഈ അമ്മയുടെ
കൂടെയാ മിഥുൻ താമസം. എത്രയായാലും ടീച്ചറേ ....' പറഞ്ഞു നിർ
ത്തീപ്പൊ അവരുടെ കണ്ണും നിറഞ്ഞിരുന്നു.

അഞ്ചാം പിരീഡ് അവനെ സ്വകാര്യമായി വിളിച്ചു 'കുട്ടാ ... നീയിനി
വിനീതിന്റെ വീട്ടിൽ കൂടെ വരണ്ടാ ട്ടോ രാവിലെ. അവരുടെ വീട്ടിൽ നി
ന്ന് എന്തേലും പോയ നിനക്കാവും കുറ്റം. ഇനി അതു വഴി വരണ്ട ട്ടോ'
ഒറ്റ ശ്വാസത്തിൽ ഇലക്കും മുള്ളിനും കേടില്ലാതെ ഞാൻ പറഞ്ഞു
നിർത്തി.

അവൻ അത് നിസ്സംഗതയോടെ കേട്ട് തലയാട്ടി .

ഒന്നും സംഭവിക്കാത്ത മട്ടിൽ ഞാൻ സ്റ്റാഫ് റൂമിലേക്കും അവൻ
ക്ലാസിലേക്കും നടന്നു.

രണ്ടാഴ്ച ശാന്തം. അതു കഴിഞ്ഞ് ഒരു ബുധനാഴ്ച രാവിലത്തെ
ഇടവേള. വിനീതിന്റെ അമ്മയുടെ നമ്പർ വീണ്ടും ഫോണിൽ ശബ്ദിച്ചു.

'ടീച്ചറേ... ഒരു കാര്യമുണ്ടായി. വിനീതിന്റെ അച്ഛന്റ പുതിയ
മൊബൈൽ കാണാനില്ല. വീണ്ടും വീണ്ടും ചോദിച്ചപ്പൊ മോൻ പറ
ഞ്ഞു മിഥുൻ കഴിഞ്ഞാഴ്ച ഒരീസം വന്നേർന്നു ന്. എന്താ സത്യാവ
സ്ഥ അറിയില്ല. നാലും ടീച്ചറോട് പറയ.'

'എന്താ ചെയ്യ കുട്ടീ? അവനാണോ ന്ന് ഉറപ്പാണോ?'

'അത് അറിയില്ല ടീച്ചർ. ഞാൻ ടീച്ചറോട് പറഞ്ഞുന്നേ ള്ളൂ.'
അവർ പറഞ്ഞു നിർത്തി.

എന്താ ചെയ്യ! കുട്ടിയോട് ചോദിക്കുന്നതെങ്ങനെ ? അവനെടുത്തിട്ടി
ല്ലാ ച്?

എന്തായാലും നേരെ ക്ലാസിലേക്ക് നടന്നു. മിഥുനെ വിളിച്ചു ഒട്ടും
ഭാവഭേദമില്ലാതെ ചോദിച്ചു 'നീയിപ്പഴും വിനീതിന്റെ വീടു വഴി വരാറു
ണ്ടോ കുട്ട്യേ?' തിരിച്ച് സ്വതസിദ്ധമായ നിസ്സംഗതയോടെ തന്നെ അവൻ
മറുപടി പറഞ്ഞു 'ഇല്ല ടീച്ചർ'

' ശരി പൊയ്ക്കോ'

എന്തേ എന്ന് അവൻ ചോദിച്ചില്ല: ഞാനും പറഞ്ഞില്ല.. കളവു പറ
യുന്ന കുട്ടികളുടെ കണ്ണിലെ ഭാവമാറ്റം വേഗം പ്രകടമാകും അവന്റെ
കണ്ണിൽ അതുമുണ്ടാവാഞ്ഞതുകൊണ്ട് എന്റെ ശങ്കയും അവിടെ
തീർന്നു.

പിറ്റേന്ന് പതിനൊന്നു മണിയോടെ വിനീതിന്റെ അമ്മ വീണ്ടും വിളിച്ചു.

'ടീച്ചറേ... സാധനം കിട്ടിട്ടോ'

'അതേയോ ! നന്നായി'

'മിഥുൻ തന്നെയാട്ടോ എടുത്തെ'

എനിക്ക് അവരുടെ ശബ്ദത്തെ ഉൾക്കൊള്ളാനായില്ല.'

'ഇന്നലെ ഞാൻ ടീച്ചറെ വിളിച്ച ശേഷം രാത്രി ഇവിടുത്താള് ശബ്ദം മാറ്റി അവന്റെ വീട്ടിലേക്ക് വിളിച്ച് അവന്റെ അമ്മ കേൾക്കാതെ അവ നോട് 'സൈബർ സെല്ലിൽ നിന്നാണ് വിളിക്കുന്നത്,ഫോൺ അവൻ എടു ത്തതായി തെളിഞ്ഞു , നാളെ 10 മണിക്ക് മുന്നെ ഫോൺ വിനീതിന്റെ വീട്ടിൽ എത്തിച്ചില്ലെങ്കിൽ നിന്നെ അറസ്റ്റ് ചെയ്യും' എന്ന് പറഞ്ഞു നിർ ത്തി. രാവിലെ 8 മണിയാവുമ്പഴേ അവൻ വന്ന് മോന്റെ കയ്യിൽ ഫോൺ തിരിച്ചു തന്നു. സാരല്യ'

'ഉം'

ന്റെ കുട്ടീ ...എന്ന് ഉള്ളിൽ നിന്നൊരു വിളി ഉയർന്നുവോ   നിക്ക് ഒന്നും തിരിച്ചു പറയാനായില്ല. അവരെപ്പഴോ സംസാരം നിർത്തി ഫോൺ ഓഫാക്കിക്കാണും.

മനസിൽ വല്ലാത്തൊരു വീർപ്പുമുട്ടൽ. എന്തായാലും അവന്റെ അമ്മ യെ കാണണം. അവന്റെ തെറ്റും അതിന്റെ വേരും കണ്ടെത്തണം. വെറു തെ വിളിച്ചാൽ ശരിയാവില്ല. വിനീതിന്റെ അമ്മ മിഥുനെ കുറ്റപ്പെടുത്തു ന്ന തരത്തിൽ ആരോപണങ്ങൾ നിറക്കാത്തതിനാലും അവന്റെ സ്ഥിതി ഗതികൾ ശരിക്ക് അറിയുന്നവരായതിനാലും മിഥുൻ ന് ദോഷം വരുന്ന തരത്തിൽ നിൽക്കില്ലെന്നു തോന്നി.

പ്രഥമാധ്യാപികയോട് കാര്യങ്ങൾ പറഞ്ഞു. എല്ലാ കാര്യത്തിലും സഹാധ്യാപകരേയും കുട്ടികളേയും മനസിലാക്കുന്ന പ്രഥമാധ്യാപിക. അവരുടെ സമ്മതത്തോടെ പിറ്റേന്ന് രണ്ട് അമ്മമാരെയും വിളിപ്പിച്ചു. അമ്മ യോട് മിഥുൻ നോടുള്ള അവരുടെ പെരുമാറ്റത്തിൽ ഏറെ മാറ്റങ്ങൾ ഉണ്ടാകണമെന്ന് അഭ്യർത്ഥിച്ചു. വിനീതിന്റെ അമ്മയും പ്രഥമാധ്യാപിക യും എസ് പി സി മാഷും എന്നോടൊപ്പം ചേർന്ന് അമ്മക്ക് കൗൺസ ലിംഗ് നൽകി. അവർ വിചാരിച്ച പോലെ ഭീകരി ആയിരുന്നില്ല. ഞങ്ങൾ പറയുന്നതെല്ലാം കേൾക്കാൻ ക്ഷമ കാണിക്കുകയും താൻ നല്ല പോലെ കുട്ടിയെ ശ്രദ്ധിക്കുന്നുണ്ട് എന്ന് അറിയിക്കാൻ വ്യഗ്രത കാണിക്കുക യും ചെയ്തു.

അവരെ പറഞ്ഞയച്ച ശേഷം മിഥുൻ നെ വിളിച്ചപ്പോൾ അവൻ നിഷേ ധം തന്നെ തുടർന്നു. ഒടുവിൽ ഞാൻ പറഞ്ഞു 'മിഥുന്റെ അച്ഛനെ വിളി

ച്ച് ഞാൻ സംസാരിക്കട്ടെ '

'വേണ്ട ടീച്ചറേ വേണ്ട'

പൊടുന്നനെ അവന്റെ ഭാവം മാറി.

'എന്തേ'

'വേണ്ട ടീച്ചറേ... ഞാനെല്ലാം സത്യമായിട്ട് പറയാം'

പിന്നവൻ തന്റെ ആറാം ക്ലാസ്സു മുതലുള്ള കളവുകളെല്ലാം ഓരോ ന്നായി പറഞ്ഞു. മൊത്തത്തിൽ 8000 രൂപയുടെയും ഒരു മൊബൈലി ന്റെയും കാര്യം. പല തവണ വിനീതിന്റെ വീട്ടിൽ !

കുറച്ചു നേരത്തേക്ക് ഞങ്ങൾ പരസ്പരം നോക്കി. ആരെ പഴിക്ക ണം? ഇവനെ തെറ്റുകാരനാക്കിയ ....? വല്ല്യച്ഛന്റെ (വയലാർ) കവിത യിലെ അതേ ചോദ്യം പല ആവർത്തി മനസ്സിൽ ഉയർന്നു വന്നു.

നിഷ്ക്കളങ്കരായി ഭൂമിയിൽ ജനിച്ചു വീഴുന്ന ഓരോ യേശുദേവൻമാ രെയും ജൂഡാസുകളാക്കി മാറ്റുന്ന സമൂഹമേ... ആരിൽ പഴിക്കേണ്ടു ഞാനീ കുറ്റം? !!!

ഒരു ദീർഘ നിശ്വാസത്തോടെ അവനെ ചേർത്തു നിർത്തിയാണ് ഞങ്ങൾ എല്ലാരും പിന്നെ അവനോട് സംസാരിച്ചത്.

അപ്പോഴേക്കും ഇന്റർവെൽ കഴിഞ്ഞിരുന്നു. ക്ലാസിലെ കുട്ടികൾ ഓരോരുത്തരായി ചോദിച്ചു 'എന്താ ടീച്ചർ മിഥുന്?'

'ഒന്നൂല'

വിനീതും അസ്‌ല മും ആദിത്യനും പറഞ്ഞു 'ഞങ്ങൾക്ക് അറിയാ ടീച്ചർ. അവൻ ഞങ്ങളോട് എല്ലാം പറഞ്ഞു. അവൻ പാവാ ടീച്ചർ'

'ഉം'

'നിങ്ങളവനെ ഒറ്റപ്പെടുത്തല്ലേ ട്ടോ. അവൻ ഇനി അങ്ങനൊന്നും ചെയ്യി ല്ല'

'ഇല്ല ടീച്ചർ. ഞങ്ങടെ ചങ്കാ അവൻ'. ലീഡർ കുട്ടി അൻസിൽ അതു പറഞ്ഞപ്പൊ തിരിച്ചറിഞ്ഞു അവരുടെ അവനോടുള്ള മനോഭാവം.

ക്ലാസിലേക്കുള്ള നടത്തത്തിൽ മിഥുൻ എനിക്ക് വാക്കു തന്നിരുന്നു ഇനി അവൻ അങ്ങനൊന്നും ചെയ്യില്ലെന്ന്.

അവനിലെ മാറ്റം സ്പഷ്ടമായി പ്രകടമായിത്തുടങ്ങി. അതിനിടെയാ ണ് അവൻ ചില ചെറിയ ഇലക്ട്രോണിക് സാധനങ്ങൾ ഉണ്ടാക്കിയത് ക്ലാസിൽ കൊണ്ടുവന്നത്. സഹപാഠികൾ ഏറെ സന്തോഷത്തോടെ അവ നെ അഭിനന്ദിച്ചു. ആ വർഷത്തെ ഓണക്കോടി ക്ലാസിലെ കുട്ടികൾ സ മ്മാനമായി മിഥുനു നൽകി. അവരുടെ കട്ട സപ്പോർട്ടിൽ അവനിൽ നല്ല മാറ്റങ്ങളുണ്ടായി.

മിഥുനെപ്പോലുള്ള മക്കളാണ് അധ്യാപക ജീവിതത്തിലെ കാണാ പ്പൊന്നുകൾ. അവരിലെ മാറ്റമാണ് യഥാർത്ഥത്തിൽ അധ്യാപനത്തിന്റെ അന്തസത്ത.

(സമാനമായ എത്രയോ അനുഭവങ്ങൾ എന്റെ അധ്യാപക സുഹൃ ത്തുക്കൾക്കുണ്ടാവും. ഇവിടെ പേരുകളെല്ലാം സാങ്കല്പികമാണ്. അധ്യാ പകർക്ക് ഓരോ അനുഭവങ്ങളും ഓരോ കുട്ടിയേയും കൂടുതൽ അറിയാ നുള്ള അവസരമാണ്. അവ രേഖപ്പെടുത്തേണ്ടിവരുന്നത് മനസിൽ നിന്ന് മാറ്റി നിർത്താൻ വയ്യാത്തതിനാലും)

തിരശ്ശീലക്കു പിന്നിൽ

'ടീച്ചറേ.... വേണ്ടാ ന്ന് പറയ്. നിക്ക് പഠിച്ച് ജോലി വാങ്ങണം. നിക്ക് ടീച്ചറാവണം. ന്റുമ്മുമ്മേനെ നോക്കണം. ഇക്കീ നിക്കാഹ് വേണ്ട ന്ന് പറ ടീച്ചറേ'

പറഞ്ഞു: അവളുടെ വീട്ടിൽ പോയി,

ഉമ്മുമ്മയെ കണ്ടു. വർഷം 2010 : പത്താം ക്ലാസിലെ പരീക്ഷയോടടുത്ത മാർച്ചു മാസത്തിലെ കൊടും ചൂടിൽ തന്നെ.

'ടീച്ചറേ... ങള് എന്തറിഞ്ഞിട്ടാ !

ഓൾക്ക് മ്മ ല്യ'

'അറിയാം... അവൾ പറഞ്ഞിട്ടുണ്ട്'

'ന്നാ ഓൾടെ ഉപ്പനെ പറ്റി പറഞ്ഞാ?'

നിസ്സംഗതയോടെ ഒരു തറച്ച ചോദ്യം.

'ഉപ്പ കൂടെയില്ല. എവിടാന്നറീല എന്നു പറഞ്ഞിരുന്നു.'

'ആ! ങ്ങളോടത്രേ പറയൂ ഓള് ! ങ്ങ ക്കറിയാ ന്റെ കുട്ടിനെ തച്ച് ചവിട്ടി കൊന്നതാ ഓൻ !'

(വാക്കുകൾ ടെ ബലത്തിലാണോ ആ ഉമ്മുമ്മ വീഴാതെ നിന്നത്!)

തിരിച്ചെന്താ പറയാ ന്ന് ആലോചിക്കാൻ പോലും പറ്റാത്ത ഒരു ഭീതി ഉള്ളിൽ പൊന്തി വന്നു.

'ഓൾടെ ജീവനും അപകടാ ന്നും '

' ഉമ്മ പോലീസിൽ പരാതിപ്പെട്ടില്ലേ ?'

'കേസും കൂട്ടൊക്ക്യാക്കീട്ട് ന്റെ കുട്ട്യെ തിരിച്ച് കിട്ടോ ? ബ്ളേം കോടതീല് കേറ്റിയിറക്കീട്ട് ! ഒന്നിനും പോയില്ല.'

' ഉമ്മ ... അവള് ക്ലാസിലെ മിടുക്കിക്കുട്ടിയാ . അവൾടെ ക്ലാസ് ടീച്ചറാ ദ്.'

ബാക്കി കൂടെ വന്ന അവളുടെ ക്ലാസ് ടീച്ചർ ആവും പോലെ പറ ഞ്ഞൊപ്പിച്ചു.

'ങ്ങക്കെന്താ പറഞ്ഞാ തിരിയാത്ത് ? ഓൾടെ ഉപ്പക്ക് പച്ചക്ക് ഓളെ ഇട്ടിറ്റ് ഞാന്തുങ്ങിച്ചാവണോ ?'

ഉമ്മൂമ്മ കരച്ചിലിന്റെ വക്കിലെത്തി യോ !)

'അതല്ലുമ്മാ :: ഓള് പത്ത് കഴിഞ്ഞ് ഒരു ജോലിയായിട്ട് ങ്ങള് കെട്ടി ച്ചോളി.' എന്റെ വാക്കുകളുടെ തുടക്കത്തിലേ ഉമ്മൂമ്മ തടയിട്ടു.

'ഹും! ജീവണ്ടായിട്ട് വേണ്ടേന്നും ങ്ങടെ പത്താം ക്ലാസും പരൂഷേം? ജോലിപ്പങ്ങള് ട്ത്ത് വച്ചക്കാ?

ഓൻറെട്ത്തു പൊറുക്കാൻ ന്റെ കുട്ടീനെ വിടാനോ?! പച്ചക്കവൻ പിച്ചിച്ചീന്തീട്ട് കൊന്ന് മുന്നില്ക്ടാൻ കൊടുക്കാനോ? ങ്ങളെന്താ പറേ ണ് ? ക്ക് അതൊന്നും തിരിയില്ല.'

അവരുടെ കണ്ണുകൾ നിറഞ്ഞൊഴുകി.

നിസ്സഹായതയുടെ ചുഴിയിൽ ഞങ്ങളും നിലയില്ലാതെ നിന്നു.

'നോക്ക് ന്നു ...... ഓളെ ഈ കൂട്ട് നന്നായി നോക്കും, ഒന്നിന്നൊ ന്നോളം പോന്ന 4 ആൺ മക്കളാ വറീതിന്. ഞാന്റെ കുട്ടീനെ എത്ര പൊത്തിപ്പിടിക്കും ? അവ്ടൊന്നൊക്കെ കഴുകൻ റാഞ്ച് മ്പോലെ കുട്ടീ നവൻ കൊണ്ടോവും . പിന്നെ ഞാ......'

നെഞ്ചത്തടിച്ച് അവർ കരഞ്ഞ കാഴ്ച കണ്ണിലിപ്പഴും ഉണ്ട്.

ഉമ്മൂമ്മയുടെ തീരുമാനത്തിനു മുന്നിൽ അവളുടെ സ്വപ്നങ്ങൾ ഒന്നൊന്നായി........ ?!!

ഒറ്റ വഴിയേ ബാക്കിയുള്ളതായി അപ്പോൾ അറിഞ്ഞുള്ളൂ.

ഫോണില്ല. മറ്റു മാർഗ്ഗങ്ങളില്ല : നേരിൽ പയ്യനോട് സംസാരിക്കുക. അതിനായി ഉമ്മൂമ്മയോട് അപേക്ഷിച്ചു.

പിറ്റേന്ന് അവൻ സ്ക്കൂളിലെത്തി 20-22 വയസ് പ്രായം കാണും. പത്താം ക്ലാസിനു ശേഷം കടയിൽ ഉപ്പയെ സഹായിക്കാൻ നിന്നു. അത്യാവശ്യം സാമ്പത്തിക ഭദ്രത ഉള്ളതായി സംസാരിച്ചതിൽ നിന്ന് മനസിലായി. കാര്യങ്ങൾ അവനെ പറഞ്ഞു മനസിലാക്കി അങ്ങനെ അവൾ പത്താം ക്ലാസ് പരീക്ഷ നല്ല മാർക്കിൽ പാസായി വിവാഹിത യായി സ്ക്കൂളിൽ നിന്നിറങ്ങി.

ഇടക്കിടെ വരുന്ന ഒരു കോളുണ്ട്

'ന്നെ മറന്നോ ടീച്ചറേ....'ന്ന ചോദ്യവുമായി .

എങ്ങനെ മറക്കാനാ ആവോളം വാത്സല്യം കിട്ടാതെ നമ്മുടെ അടു ത്ത് ഓടിവരുന്ന ഇത്തരം കുട്ടികളെ?!

അവളിന്ന് മൂന്നു മക്കളുടെ അമ്മയും തിരക്കേറിയ ഒരു കുടുംബിനി യുമാണ് എങ്കിലും .....

മഴ കുടയുന്ന ഈ ആർദ്രമായ തുള്ളികൾക്കൊപ്പം അവളുടെ ഒരി

റ്റു കണ്ണുനീരും കലർന്നിരിക്കുമോ എന്നെനിക്ക് ഒരു നോവ് (ഇന്നവൾ വീണ്ടും വിളിച്ച് 'എന്നെ മറന്നോ ടീച്ചറേ' എന്ന ചോദ്യത്തോടെ തന്നെ വീണ്ടും തുടങ്ങിയതിനാലാവാം !)

സുന്ദരേട്ടനെ കണ്ടത്

തൃത്താല ബ്ലോക്ക് ഓഫീസ് ഓഡിറ്റോറിയത്തിൽ വച്ചാണ്. കവിയ രങ്ങ് എന്ന പേരിൽ എന്റെ പേരും അച്ചടിച്ചു വന്ന, ബ്ലോക്ക് മെമ്പർ ശ്രീലത ചേച്ചിയുടെ 'ചുവന്ന തുള്ളികൾ' എന്ന കവിതാ പുസ്തകത്തി ന്റെ പ്രകാശന സദസ്.

അസ്വസ്ഥമായി പല തവണ സച്ചിയേട്ടനെ വിളിച്ചു, 'നിങ്ങളെന്തി നാ എന്നെ ഇതിൽ ചേർത്തത്? ഒന്ന് ഒഴിവാക്കി തരോ?' ന്നൊക്കെ ചോദി ച്ചപ്പോഴെല്ലാം

'പറ്റില്ല. കുട്ടി പങ്കെടുത്തേ പറ്റൂ' എന്ന കാർക്കശ്യം. എനിക്ക് നല്ല ടെൻഷനുണ്ടായിരുന്നു : പല വേദികളിൽ സധൈര്യം പരിപാടികളും ക്ലാസുകളും ചെയ്തിട്ടുണ്ട്. പക്ഷേ, ഇതിപ്പൊ ഞാൻ കുത്തിക്കുറിച്ച വാക്കുകൾ !! ധൈര്യവും ആത്മവിശ്വാസവും തീരെ ഇല്ല കാരണം ആത്മ സംതൃപ്തിക്ക് വേണ്ടി മാത്രം എന്തൊക്കെയോ കുത്തിക്കുറിച്ചിരുന്ന ആ ളാണ്. ഭാഷാ പ്രാവീണ്യം തീരെ ഇല്ല. നാലാം ക്ലാസ് മലയാളം കൈമു തൽ (പിന്നെ സംസ്കൃതം, ഹിന്ദി, ഇംഗ്ലീഷ് അങ്ങനെ ഒന്നിലും ഒന്നുമ ല്ലാത്ത പോക്കായിരുന്നു) 2 മണിക്ക് പരിപാടി : ഒന്നരക്ക് അവസാനമാ യി ഒന്നുകൂടി സച്ചിയേട്ടനെ വിളിച്ചു, 'സത്യായിട്ടും ആത്മവിശ്വാസം ല്യ സച്ചിയേട്ടാ... ഞാൻ വരണോ?'

അപ്പോഴാണ് വൈകിയ വേളയിലും ആ സംഘാടനത്തിന്റെ ഓട്ടത്തി നിടക്കും സച്ചിയേട്ടൻ എനിക്ക് ആത്മവിശ്വാസം പകരാൻ സുന്ദരേട്ടനെ പറ്റി പറഞ്ഞത്.

'കുട്ടിക്കറിയോ, പട്ടാമ്പി സ്റ്റാന്റില് സുന്ദരൻ എന്നൊരാളുണ്ട്. എല്ലാ രും ഉദ്ദേശിക്കുന്ന ഉയർന്ന വിദ്യാഭ്യാസ യോഗ്യതകളൊന്നും അദ്ദേഹ ത്തിനില്ല. ഇന്നത്തെ പരിപാടിയിൽ അദ്ദേഹവും കവിത അവതരിപ്പിക്കു ന്നുണ്ട്. 25 വർഷമായി പട്ടാമ്പി സ്റ്റാന്റിൽ വരുന്ന ബസുകളിൽ യാത്ര ചെയ്തവർക്ക് സുന്ദരനെ അറിയാതിരിക്കില്ല : അദ്ദേഹത്തിന് ലോട്ടറി വിൽപ്പനയാണ്. ഒരു ദിവസം സ്റ്റാന്റിൽ വച്ച് എന്നോട് ചോദിച്ചു ലോട്ടറി വേണോ ന്ന്! വേണ്ട എന്നു പറഞ്ഞപ്പോൾ മാറി നിന്ന് എന്തോ പിറുപി

റുക്കുന്നത് കേട്ടു. അടുത്തു ചെന്നപ്പൊ അസ്സലായി കവിത ചെല്ലുണു. ഞാൻ ചോദിച്ചു ഇങ്ങള് എഴുതോ ന്ന് ! ചിലതൊക്കെ കുത്തിക്കുറിക്കും ന്നു പറഞ്ഞു.

കുറച്ച് കഴിഞ്ഞപ്പൊ ദാ കൊണ്ടരണു, ഒരു കടലാസ് തുണ്ട്. അയാ ളെഴുതിയ കവിത ! അവിടുന്ന് പിടിച്ചതാ അയാളെ. കൂടെ വീട്ടിൽ പോയി എഴുതിയ കവിതകളെടുത്ത് FB യിൽ ഇട്ടു.

ഇന്ന് അയാൾക്കു കൂടി ഒരുക്കിയിട്ടുള്ളതാണ് ഈ വേദി. വിദ്യാഭ്യാ സ യോഗ്യതയും ഭാഷാ പഠന പ്രാവീണ്യവുമൊന്നുമല്ല കുട്ടീസർഗ്ഗവാ സനക്ക് ആധാരം. ധൈര്യായിട്ട് പോന്നോളു.'

സച്ചിയേട്ടന്റെ വാക്കുകളിൽ ആത്മവിശ്വാസം കിട്ടിയതിനേക്കാൾ ഏറെ സുന്ദരേട്ടനെ കാണണം കവിത കേൾക്കണം എന്ന ഉഷാറായി.

Confusion കാരണം വൈകിപ്പോയ ജാള്യതയിലാണ് ഞാൻ ഹാളി ലേക്ക് കയറിച്ചെന്നത് . സദസിലെ മുൻ നിരയിലെ കസാരകളിലൊ ന്നിൽ ഇരുന്ന് തന്റെ കവിത ചൊല്ലി പരിശീലിക്കുകയായിരുന്നു സുന്ദ രേട്ടൻ . പരിചയപ്പെട്ടപ്പൊ ഏറെ സന്തോഷമായി രണ്ടാൾക്കും. അവിടെ വച്ചു തന്നെ ഞങ്ങൾ FB friends ആയി. സുന്ദരേട്ടൻ വീണ്ടും സച്ചിയേ ട്ടൻ പറഞ്ഞ കഥ ആവർത്തിച്ചു. മൊബൈലിൽ വാട്സാപ്പു തുറന്ന് അദ്ദേ ഹത്തിന്റെ കവിതകൾക്ക് കിട്ടിയ പ്രോത്സാഹനകുറിപ്പുകൾ കാട്ടി ന്നു. ഭാര്യയെ പറ്റിയും രണ്ടു പെൺ മക്കളെ പറ്റിയും ബൈക്ക് ആക്സിഡന്റിൽ മരിച്ച മകനെ പറ്റിയും കൊറോണ ബാധിച്ച ലോട്ടറി കച്ചവടത്തെ പറ്റി യും പറഞ്ഞു.

കവിതകളെ പറ്റി പറഞ്ഞപ്പഴാണ് വളരെ സന്തോഷവാനായി ഒരു നോട്ടു പുസ്തകം കവറിൽ നിന്നെടുത്ത് കാട്ടിയത് : നാലു കവിതകൾ: പുതുതായി ഒന്ന് അന്ന് അവതരിപ്പിക്കുവാനും. മുഴുവൻ വായിച്ചു അവി ടെ വച്ചു തന്നെ . അഭിപ്രായം അങ്ങോട്ടു പറയും മുമ്പു തന്നെ സുന്ദരേ ട്ടൻ ചോദിച്ചു, 'ഓകെ അല്ലേ ടീച്ചറേ?'

'പിന്നേ... നന്നായിട്ടുണ്ട്'

കവിത സ്വന്തമായി ഈണമിട്ട് ചൊല്ലി അഭിമാനത്തോടെ തിരിച്ചു സീറ്റിലെത്തിയ ആളെ അഭിനന്ദിക്കാൻ വാക്കുകൾ തിരയുമ്പോൾ തന്നെ വീണ്ടും സന്തോഷത്തോടെ ചോദിച്ചു, 'ഓകെ അല്ലേ ടീച്ചറെ?' വാക്കു കൾ കിട്ടാതെ ഒരു Shake hand ൽ എന്റെ അഭിനന്ദനം അറിയിച്ചു.

എന്റെ ഊഴമായപ്പോൾ ചോദിച്ചു 'ടീച്ചർക്ക് ടെൻഷനൊന്നും ഉണ്ടാ വില്ല ലേ ? ഞാൻ ആദ്യായിട്ടാണേ'

'ഞാനും! ടെൻഷനുണ്ടായിരുന്നു പക്ഷെ ഇപ്പൊ ഇല്ല'

അവതരിപ്പിച്ചു തിരിച്ചെത്തിയപ്പൊ സുന്ദരേട്ടൻ നിറഞ്ഞ ചിരിയോ
ടെ പറഞ്ഞു, 'ടീച്ചറേ... തൊട്ടാവാടി സൂപ്പറായി ട്ടോ' (മനസ് നിറഞ്ഞു)

തുടർന്നു വന്ന പ്രസംഗങ്ങളിലെല്ലാം സുന്ദരേട്ടനേയും കവിതയെ
യും അഭിനന്ദിക്കുകയുണ്ടായി. ആ പ്രചോദനത്തിൽ അവതരിപ്പിച്ച എനി
ക്കും എന്റെ തൊട്ടാവാടിക്കും കിട്ടി നല്ല വാക്കുകൾ.

(അന്ന് അവിടെ എത്തിയവരെല്ലാം സച്ചിയേട്ടന്റെ പ്രോത്സാഹനത്തിൽ
വന്നവരായിരുന്നു . ഞാൻ കാണുന്ന എന്റെ ഹൈസ്ക്കൂൾ കാലം മുതൽ
സച്ചിയേട്ടൻ രൂപത്തിലും ഭാവത്തിലും പ്രവർത്തിയിലും ഇങ്ങനെ തന്നെ
യാണ്. ഒരു പാട് കഴിവുകൾ ഉള്ള മനുഷ്യൻ (ഈയിടെയാണ് അംഗീ
കാരമായി കേന്ദ്ര ദലിത് സാഹിത്യ ഫെല്ലോഷിപ്പ് അദ്ദേഹത്തെ തേടി
എത്തിയത്) അവാർഡുകൾക്കപ്പുറം എവിടേം തളച്ചിടാൻ പറ്റാത്ത സാ
ഹിത്യ നാടക സംഘാടന സാമൂഹിക വിദ്യഭ്യാസ പ്രവർത്തനങ്ങളാ
ണ് അയാൾക്ക്.)

തിരിച്ചു പോരുമ്പോൾ ഒരു പിടി നല്ല ഓർമ്മകൾ സമ്മാനമായി കിട്ടി
യ ആ ദിവസത്തിന് സച്ചിയേട്ടനോടും സുന്ദരേട്ടനോടും സ്നേഹം നിറ
ഞ്ഞ നന്ദി രേഖപ്പെടുത്തുന്നു.

രാംകുമാർ ഡോക്ടർ

ഏകാന്തതയും രോഗങ്ങളും ഒരു പോലെ കൂട്ടിരുന്ന ബാല്യത്തിലേ ക്ക് വീണ്ടുമൊരു തിരിച്ചു പോക്ക് സാധ്യമാക്കും പോലെ കാലം കാത്തു വച്ച കാലു വേദന (ന്റെ ഭാരം ചുമന്നോടിയതിന്റെ പരിഭവമാകാം) അതി ന്റെ സമ്മാനപ്പൊതി തുറന്നപ്പോൾ വീണ്ടും തൃശൂർ ജൂബിലി മിഷൻ ഹോസ്പിറ്റലിന്റെ വരാന്തയിൽ കാത്തിരിപ്പുകൾ തുടങ്ങുന്നു...

വലതു കാൽ പിണങ്ങിയ ബാല്യത്തിൽ എല്ലാശാന്റെ ഉള്ളിൽ പഴു പ്പ്. മണൽ കിഴി കെട്ടിത്തൂക്കി പേവാർഡിൽ കിടന്നപ്പൊ ആകാശത്തി ന്റെ അതിർവരമ്പുകൾ ജനാലയിൽ കൊട്ടിയടക്കപ്പെട്ടു.

ഡാൻസും സ്കൂളും മാറി നിന്നു ചിരിച്ചു. ശാന്ത ടീച്ചറുടെ രണ്ടാം ക്ലാസിൽ ചിത്രലേഖ എന്ന കുട്ടിയെ ആരെങ്കിലും അന്വേഷിച്ചതായി അറിയില്ല. ശാന്ത ടീച്ചർ ടെ ദേഷ്യവും അടിയും ഭയപ്പെട്ട നാളുകളേ ക്കാൾ ഭീകരമായി തോന്നി പക്ഷെ ആശുപത്രിയിലെ ഒറ്റമുറി വാസം. എപ്പോഴെങ്കിലും ഒന്നു മിണ്ടിപ്പറയുന്ന അമ്മ. അധികവും അമ്മയുടെ നോവുകൾ കണ്ണുകളിൽ ഒളിപ്പിച്ചു വച്ച നോട്ടങ്ങൾ.

പന്ത്രണ്ടരയാവാൻ .... മുത്തശ്ശീടെ പരിപ്പിട്ട പുളിങ്കറി കൂട്ടി ചോറു ണ്ണാൻ ആർത്തിയോടെ കണ്ണമ്മാവൻ കൊണ്ടുവരുന്ന ഭക്ഷണസഞ്ചി തപ്പാറുള്ളതിന്റെ ഒരു ഫീല് പഴയ children's ward ലെത്തിയപ്പൊ.

'ഡോക്ടറെ .....എനിക്ക് മുത്തശ്ശിയെ കാണണം. ടീച്ചറെ കാണണം. 'ക്ലാസിലേക്ക് പോണം' എന്നും ചെക്കപ്പിനു വരുമ്പൊ രാംദാസ് ഡോക്ട റോട് കേണു പറയുന്ന കാര്യം.

'മാറട്ടെ. പോവാം ട്ടോ'

കൂടെ ഉള്ള സിസ്റ്റർ മാർ ചിരിക്കും. അവരിലാരോ പറഞ്ഞു ഡോക്ടർ ശാന്ത ടീച്ചറേക്കാൾ ദേഷ്യക്കാരനാണെന്ന്. അടുത്ത ദിവസം എന്റെ ചോദ്യം ഉണ്ടായില്ല.. ആ വാതിലും അടഞ്ഞപ്പൊ ആശുപത്രിയിലെ കാറ്റും വല്ലപ്പോഴും വരുന്ന മരുന്നു മാറിയുള്ള മണങ്ങളും സിസ്റ്റർമാരു ടെ 'മോളെ' വിളിയുമെല്ലാം ഞാൻ ആസ്വദിച്ചു തുടങ്ങി.

രണ്ടു ദിവസം കഴിഞ്ഞപ്പൊ ഡോക്ടർ ചോദിച്ചു, ' നിനക്ക് മുത്തശ്ശി

യെം ശാന്ത ടീച്ചറെം ഒന്നും കാണണ്ടെ?'

പ്രതീക്ഷയുടെ വിടർന്ന കണ്ണുകളോടെ ഞാൻ ഡോക്ടറെ നോക്കി.

'വീട്ടി പൊയ്ക്കൊ. പക്ഷെ 3 മാസം ഇതുപോലെ റെസ്റ്റെടുക്കണം.'

എരിതീയിൽ നിന്നു വറചട്ടിയിലേക്ക്!

പാതിയടഞ്ഞ വാതിൽക്കലും പ്രതീക്ഷയോടെ കാത്തു നിന്നു വീട്ടി ലെ ഏകാന്തതയിൽ പക്ഷെ മുത്തശ്ശി ഇടക്കിടെ മരുന്നു തരാൻ വരുന്ന സന്തോഷവും , കേൾക്കുന്ന മുത്തശ്ശന്റെ ഒച്ചപ്പാടുകളും, അമ്മയുടെ നിഴലനക്കങ്ങളും ആശ്വാസമാവുമെന്ന് തോന്നി ഞാൻ നീട്ടി മൂളി 'ഉം...'

മുത്തശ്ശിയും മുത്തശ്ശനും അമ്മയും പഴയ ആശുപത്രി കെട്ടിടങ്ങളും ഓർമ്മയായി.

വീണ്ടും ഈ വരാന്തയുടെ പഴയ ചുമരുകളിൽ എഴുതി വച്ചിരുന്ന ബൈബിൾ വചനങ്ങളിലേക്ക് എന്റെ കണ്ണുകൾ നീളുന്നു.

'വിശ്വാസം, പ്രത്യാശ, സ്നേഹം ഈ മൂന്നും നിലനിൽക്കുന്നു ഇവ യിൽ വലിയതോ സ്നേഹം തന്നെ.'

മുറിയിലെ ഏകാന്തതക്ക് ഒരു ഓർമ്മത്തലോടൽ

പിഷാരടി മാഷ്

ഓർമ്മപ്പൊയ്കയിലേക്ക് ചില വാക്കുകൾ കുഞ്ഞു കല്ലുകളായി വന്നു വീണതാവാം....

ചിറ്റോളങ്ങൾ എന്നെ നോക്കി ചിരിക്കാൻ തുടങ്ങി.

'ശ്രീകൃഷ്ണ ചരിതം മണിപ്രവാളം, കെ.പി നാരായണ പിഷാരടി വിവർത്തനം ചെയ്തത് വായിക്കണം....'

'ഉം'

മണിപ്രവാളത്തിൽ നിന്ന് പിഷാരടി മാഷിലേക്ക് ഞാനോടുകയാണ്. ആ ഓട്ടം കിതപ്പാറ്റി ചെന്നിരിക്കുന്നത് തൃശൂർ ശക്തൻതമ്പുരാൻ പാല സിൽ.

വർഷം 1990-93 : അന്നത്തെ ചിന്മയ മിഷ്യൻ കോളേജ് ക്യാമ്പസ് ഓർമ്മയുണ്ട് ആദ്യമായി നാലര അഞ്ചടി പൊക്കമുള്ള, എഴുപതുകൾ പ്രായമുള്ള, മുണ്ടു പുതച്ചൊരാൾ, കുടചൂടി, നഗ്നപാദനായി, നഗ്രശിര സ്കനായി, ശക്തൻ പാലസിൽ കയറി വരുന്നത് ഞാൻ ആദ്യമായി നോ ക്കി നിന്നത്. ആ നിമിഷം എന്റെ ഓർമ്മയിലെത്തിയത് അതേ രൂപ സാദൃ ശ്യമുള്ള, മരിച്ചു പോയ, എന്റെ അമ്മയുടെ അച്ഛൻ, കൊരമ്പ് കൃഷ് ണൻ നമ്പൂതിരിയെയാണ്.

അന്നത്തെ ദിവസം കൗതുകത്തോടെ കടന്നുപോയി.

എന്തും സ്വാതന്ത്ര്യത്തോടെ ചോദിക്കാവുന്ന ഞങ്ങടെ പ്രിൻസിപ്പൽ സരോജിനി മാഡത്തിനടുത്തു ചെന്ന് പിറ്റേന്ന് രാവിലെ തന്നെ സംശ യം തീർത്തു.

'അതറിയില്ലേ ? നാരായണ പിഷാരടി മാഷ്. കെ. പി . നാരായണ പിഷാരടി മാഷെ... നമ്മടെ വ്ടെ സംസ്കൃതം പഠിപ്പിക്കാൻ വരുന്നുണ്ട്.'

ഉള്ളിൽ കൂടിയ കൗതുകം ജിജ്ഞാസയായി വളർന്നപ്പൊ പതിയെ പതിയെ തലേന്ന് അദ്ദഹത്തെ കണ്ട സമയത്ത് ക്ലാസിനു പുറത്തേക്കി റങ്ങി. സഹപാഠി ജയയോട് ഒന്നുകൂടി തിരക്കി 'സംസ്കൃതം പഠിപ്പി ക്കാൻ പിഷാരടി മാഷാണോ വരണെ' ന്ന്. അവൾക്ക് പറയാൻ നൂറു നാക്കായിരുന്നു.

ജിജ്ഞാസ വളർന്ന് ഉൽക്കണ്ഠയായപ്പൊ എന്റെ ക്ലാസുകൾ കട്ട് ആരും കാണാതെ ഒളിഞ്ഞു കേട്ട ചില സംസ്കൃതം ക്ലാസുകൾ താമ സിച്ചില്ല. പിന്നൊരു ദിവസം മുന്നിൽ ചെന്നു. എനിക്കൊന്നു കാൽ തൊട്ടു തൊഴാൻ ആഗ്രഹം. പക്ഷെ എങ്ങനെ പറയും? കൂട്ടുകാർ, മറ്റ് അധ്യാ പകർ എല്ലാവരുടേം മുന്നിൽ നിന്ന് ? അദ്ദേഹത്തെ പരിചയപ്പെട്ടിട്ടു പോലും ഇല്ലതാനും !

ആ ആഗ്രഹം അങ്ങനെ എന്നിൽ കടുത്ത നിരാശയാവാൻ തുടങ്ങി യത് ഞാനറിഞ്ഞു.

ഞാൻ മാഷിന്റെ ശിഷ്യയല്ല ഹിന്ദി second language എടുത്തതിനെ ഞാനിനി ശപിക്കാൻ ബാക്കിയില്ല ഇത്രയും വലിയ ആളോട് എങ്ങനെ മിണ്ടും ?

രണ്ടു ദിവസവും കൂപ്പുകൈയോടെ ശങ്കിച്ച് ശങ്കിച്ച് നിന്നപ്പൊ മാഷു ടെ ഭാഗത്തു നിന്ന് ചോദ്യം വന്നു, 'സംസ്കൃതം പഠിക്കണ ആളല്ല ലേ?

'പത്തു വരെ പഠിച്ചു. ഇപ്പൊ ഹിന്ദിയാ'

(മാഷ് ഒരു ചിരി)

'പേര്?'

'ചിത്ര ലേഖ'

'ചിത്രമെഴുതോ?'

'ല്ല്യ'

സംഭാഷണത്തിനിടക്ക് ഓഫീസിൽ നിന്ന് ഞങ്ങടെ ഷേക്സ്പിയർ സർ (ഏറെ നാടകീയമായി ഞങ്ങൾക്ക് ഷേക്സ്പിയർ നാടകങ്ങൾ അവ തരിപ്പിച്ച് തരുന്ന പ്രിയപ്പെട്ട സർ സ്വന്തം പേരിനേക്കാൾ അദ്ദേഹത്തി ന് യോജിക്കുന്ന ഷേക്സ്പിയർ എന്ന നാമധേയം കുട്ടികൾ ആദരപൂർ വ്വം നൽകിയതാണ്) ഇറങ്ങിവന്നു പറഞ്ഞു ചിത്രമെഴുതില്ല അവൾ ചില കവിതകൾ ഇംഗ്ലീഷിലെഴുതി കാണിക്കാറുണ്ട്. (ശരിയാണ്. എന്തും ക്ഷമയോടെ കേൾക്കാനും വായിക്കാനും സർഗ്ഗാത്മകമായി പ്രതികരി ക്കാനും കഴിവുള്ള സർ ന് എന്റെ വിഡ്ഢിക്കുറിപ്പുകൾ കാട്ടിക്കൊടുക്കാ നുള്ള സ്വാതന്ത്ര്യം അദ്ദേഹം തന്നിരുന്നു)

' ഉവ്വോ? നന്നായി'

ഇത്രയും പറഞ്ഞ് അദ്ദേഹം വരാന്ത വീട്ടിറങ്ങിപ്പോയി.

എനിക്കന്ന് സ്വർഗ്ഗം കിട്ടിയ സന്തോഷമായിരുന്നു. ആദ്യ കൂടിക്കാഴ ചയിൽ തന്നെ ഷേക്സ്പിയർ സർ ന്റെ വലിയ പരിചയപ്പെടുത്തൽ!

ഇത്രയുമൊക്കെ പിഷാരടി മാഷോട് സംസാരിക്കാൻ കഴിഞ്ഞതിന്റെ ആഹ്ലാദം.

പിന്നെയും കൗതുകം അടങ്ങിയില്ല, ജിജ്ഞാസ ശമിച്ചില്ല എന്തൊ

ക്കെയോ മാഷിൽ നിന്ന് പഠിക്കണം പക്ഷെ വഴിയും ഇല്ല. കാൽ തൊട്ട് വന്ദിക്കണം പക്ഷെ അതിനുള്ള സ്വാതന്ത്ര്യവും ആയില്ല. ഞാൻ മാറി നിന്ന് തന്നെ മാഷിനെ നോക്കി നിൽക്കാനും ക്ലാസുകൾ ചിലത് കേൾ ക്കാനും ശ്രമിച്ചു.

പിന്നൊരു ദിവസം വീണ്ടും മാഷിന്റെ മുന്നിൽ ചെന്നു പെടുകയാ ണ്. കാര്യം ഓർമ്മയില്ല. പക്ഷെ മാഷിനെന്നെ മനസിലായി: ചിരിച്ചു കൊണ്ട് ഞാൻ അടുത്തു ചെന്നു.

'എവിടുന്നാ ചിത്ര വരുന്നത്?'

'തളി'

'ആറങ്ങോട്ടുകര തളി?'

'ഉം'

(എനിക്കുണ്ടായ ആഹ്ലാദം കണ്ണിൽ തിരയടിച്ചത് മാഷ് കണ്ടു കാണും)

'ഞാനങ്ങട്ട് വരുന്നുണ്ട്. എന്റെ ഗുരുനാഥന്റെയും ഗുരുനാഥന്റെ സ്ഥ ലമാണത്.'

(ഞാൻ കേട്ടു നിന്നു അൽഭുതത്തോടെ)

'അവിടെ ഒരു പഴയ കോവിലകത്ത്, കോലകത്തിന്റെ പേര് ഓർമ്മ യില്ലാ, നോക്കണം.'

എന്റെ കാതുകൾക്ക് താങ്ങാവുന്നതിനപ്പുറമായിരുന്നു ഈ വാക്കു കൾ ....

പഴയ കോവിലകം....

വളരെ പണ്ട് ....

സംസ്കൃതം? .....

വൈദ്യവുമായി ബന്ധപ്പെട്ട് ചില സംസ്കൃത ഗ്രന്ഥങ്ങൾ അച്ഛന്റെ ഒരു പഴയ കാരണവരുടെതെന്ന് അമ്മ പറഞ്ഞുതരികയുണ്ടായിട്ടുണ്ട്.... അദ്ദേഹം?

ഇത്രയും പറഞ്ഞ് മാഷ് നടന്നു നീങ്ങിയിരുന്നു

പുറകെ ഓടിച്ചെന്ന് ഞാൻ ചോദിച്ചു

'എന്നാ വരണെ?'

'ശിവരാത്രിക്ക് അവിടെ ശിവ ക്ഷേത്രത്തില് ഒരു പ്രഭാഷണം ഏറ്റ് ട്ട്ണ്ട്.'

'മാഷേ... അവിടെയുള്ള ഒരു കോലോത്തെയാണ് ഞാൻ.'

'അതേയോ!'

മാഷ് നടന്നു പോയി.

പിറ്റേന്നു തന്നെ മാഷ് എന്നെ വിളിപ്പിച്ചു. മാഷ് വരുന്നത് എന്റെ

വീട്ടിലേക്കാണെന്ന് !!!!

അമ്മയും പറഞ്ഞു   കൂടുതലൊന്നും അറിയില്ല ആ കാരണവർ സഞ്ചാരിയായിരുന്നുവത്രെ. അദ്ദേഹത്തിന്റേതായി ഇവിടെ ചില ഗ്രന്ഥങ്ങൾ മാത്രമേ ഉണ്ടായിരുന്നുള്ളൂ ... അന്നത്തെ കാലത്ത് ഫോട്ടോ സമ്പ്രദായങ്ങളില്ല . ഇടക്കാലത്ത് നല്ല ദാരിദ്ര്യവും അനുഭവിച്ചിരുന്ന കഥകളുണ്ട് . സാമന്ത രാജാക്കന്മാർ ടിപ്പുവിന്റെ പടയോട്ടക്കാലത്ത് പൂണൂനൂൽ പഴത്തിനുള്ളിലാക്കി വിഴുങ്ങിയതായും പടയോട്ടത്തിനു ശേഷം ദാരിദ്ര്യത്തിലേക്കു വീണതായുമൊക്കെ കേട്ടിട്ടുണ്ട് പിൻ തലമുറക്കാരിൽ നിന്ന് . പത്ത് നൂറ്റമ്പത് വർഷം പഴക്കമുള്ള ആ ഗ്രന്ഥത്തിൽ അപൂർവ ങ്ങളായ ഔഷധക്കൂട്ടുകളാണത്രെ പ്രതിപാതിച്ചിരുന്നത് (പിൻ തലമുറ ക്കാർക്ക് സംസ്കൃത ജ്ഞാനവും അതിന്റെ വിലയും അറിയാത്തതിനാ ലാവാം അതിനെ പിന്നീട് വിലപ്പെട്ടതായി സൂക്ഷിച്ചിരുന്നുമില്ല)

എന്തായാലും മാഷിന്റെ ഗുരുനാഥനിൽ നിന്ന് മാഷറിഞ്ഞ ആ വ്യക്തി ത്വത്തിന് അത്രകണ്ട് മഹത്വമുണ്ടായിരുന്നിരിക്കണമല്ലോ!

ശിവരാത്രിക്ക് പിന്നേയും കുറെ ദിവസങ്ങളുണ്ടായിരുന്നു.

ഞാൻ കാത്തിരുന്നു ......

ശിവരാത്രി സംഘാടകരുടെ കാറിൽ കേറിയതും മാഷ് പറഞ്ഞത്രെ ഒരു സ്ഥലത്തു കൂടി പോകണം അത് അവിടത്തെ കോവിലകത്താണ് എന്ന്

കാറിറങ്ങുമ്പഴേക്കും ഞാൻ അല്പം ജാള്യതയോടെ മാഷിന്റെ ടുത്തെത്തി (മറ്റൊന്നുമല്ല മാഷ് ഇത്ര ആദരവോടെ ഓർമ്മിച്ച ആ കാര ണവരെ പറ്റി എനിക്കോ അമ്മക്കോ അച്ഛനോ ചെറിയച്ഛനോ ചെറിയമ്മ യ്ക്കോ ഒന്നും പറയാനറിയാത്ത നിസ്സംഗതയല്ലേ : അറിയാൻ സാധ്യത യുള്ള വയോധികരെല്ലാം അന്നേരം മൺമറഞ്ഞിരുന്നു താനും! കാര്യ സ്ഥനായിരുന്ന ഗോവിന്ദൻ നായരാണ് ചിലത് പറഞ്ഞത് അദ്ദേഹം യാത്രാവസാനം ഇവിടത്തെ ശ്മശാനത്തിൽ വിശ്രമിക്കുന്നതായും മറ്റും)

പ്രഭാഷണം കഴിഞ്ഞതും മാഷ് വീട്ടിലെത്തി നിറഞ്ഞ ഭക്തിയോടെ അദ്ദേഹം ഞങ്ങടെ പഴയ വീട് നോക്കി .

'ഇവിടാവില്ല മാഷേ .... പണ്ട് കിഴക്കേ വളപ്പിലാരുന്നു താമസം : ഇതിപ്പൊ പത്തമ്പത് കൊല്ലമായിട്ടേ ഉള്ളൂ കേറിയിട്ട്' എന്ന് അമ്മ പറഞ്ഞു.

അന്ന് അദ്ദേഹം ഞങ്ങടെ കൂടെയാണ് ഭക്ഷണം കഴിച്ചത്.

തിരിച്ചു പോകും മുമ്പ് അമ്മയുടെ സാരിത്തുമ്പിൽ നിന്ന് ഞാൻ ചിണുങ്ങി.

'ന്താ കുട്ടി !!'

അമ്മക്കറിയാമായിരുന്നു എന്റെ ആ ആഗ്രഹം. ചിരിച്ചു കൊണ്ട് അമ്മ മാഷിനോട് പറഞ്ഞു.

'മാഷേ .... ഇവൾക്കൊന്ന് മാഷിന്റെ കാലു തൊട്ട് തൊഴണത്രെ. കുറ ച്ചീസായി പറയണു'

മാഷൊന്നു ചിരിച്ചു

'സംസ്കൃതം പഠിക്കാൻ വലിയ ആഗ്രഹം പറഞ്ഞിരുന്നു. പക്ഷേ ഇവൾ ചേരുമ്പൊ അവിടെ സംസ്കൃതമില്ലായിരുന്നു.' അമ്മ കൂട്ടി ചേർ ത്തു.

ഞാൻ മുന്നിലേക്ക് ചെന്നു ചിരിച്ചു നിൽക്കുന്ന മാഷിന്റെ കാൽ തൊട്ടു വന്ദിച്ചു :

ഉടനെ ഒരു ചോദ്യം

'അപ്പൊ ......ഇപ്പൊ ചിത്ര അസംസ്കൃതയാണോ ?'

ഒന്നു പകച്ചു.

ചോദ്യം ആവർത്തിച്ചു മാഷ്, എന്തു പറയുമെന്നറിയില്ല.

'5 മുതൽ 10 വരെ സംസ്കൃതം പഠിച്ചു.'

'ഉവ്വോ? ! അത് മതിയല്ലോ . എഴുതാനും വായിക്കാനും വശല്ല്യേ? നല്ലോണം വായിയ്ക്ക ഭാഷക്ക് അതാ വളം.'

ജീവിതത്തിലെ മറക്കാനാവാത്ത ചില നിമിഷങ്ങൾ.

പക്ഷെ മറവിയുടെ കലക്കം പിടിക്കാൻ തുടങ്ങിയപ്പഴാവാം മണിപ്ര വാളം , പിഷാരടി മാഷ്, വായന .... എന്നീ പദങ്ങളെല്ലാം പൊടുന്ന നെ, എങ്കിലോ ഏറ്റവും സൗമ്യമായി തന്നെ എന്റെ ഓർമ്മപ്പൊയ്കയി ലേക് വന്നു വീണ് അതിനെ തെളിനീരാക്കി ചിറ്റോളങ്ങളിൽ ചിരിച്ചു നിൽക്കുന്നത്.....

('വായന' യുടെ കാര്യത്തിലാണ് സുഹൃത്തും പിഷാരടി മാഷും പറ ഞ്ഞു നിർത്തിയത്. ഞാനെന്റെ മടി മാറ്റണമെന്നു സാരം ,ലേ ?)

(Selfie യുടെ കാലമായിരുന്നെങ്കിൽ ഞാനൊരു പക്ഷേ, ഏറ്റവും കൂടുതൽ Selfie എടുത്തിരുന്നത് അദ്ദേഹത്തിന്റെ കൂടെ ആയിരുന്നിരി ക്കാം ഒരു പക്ഷെ Selfie യിൽ സൂക്ഷിക്കാതിരുന്നതുകൊണ്ടാവാം മന സിന്റെ ക്യാമറക്കണ്ണുകൾ പൊടിയൊന്നു തുടച്ചപ്പോൾ ഇത്രയും വ്യക്ത ചിത്രങ്ങൾ തന്നത്.)